한국인을 위한

베트남어 회화 ❹

한국인을 위한

베트남어 회화 ④

송정남 외

HUINE

개정판에 즈음하여

"한국인을 위한 베트남어 회화"가 2005년에 초판이 발행된 이후 지금까지 5판이 발행되었다. 국내에서 베트남어는 다른 여러 특수 언어에 비하여 보다 생소한 언어이다. 이 같은 국내의 실정에도 불구하고 "한국인을 위한 베트남어 회화"가 꾸준한 수요를 유지할 수 있었던 것은 그동안 독자들로부터 많은 관심과 사랑을 받았기 때문이라고 본다.

그동안 장기 활용기간에 드러났던 문제점들과 아쉬움, 그리고 독자들의 유익한 지적들을 받아들여 "한국인을 위한 베트남어 회화"의 개정판을 내게 되었다. 개정판은 다음과 같은 특징을 갖는다.

첫째, 내용을 보다 자연스럽고 상황에 맞게 대폭 수정·보완하였다. 둘째, 지문에 맞는 삽화를 넣어 대화의 생동감을 더했다. 셋째, 문법 해설을 베트남어 원문에 가깝게 보다 구체화하였다. 넷째, 과마다 출제된 문제의 해답을 부록에 넣었다. 다섯째, 베트남어의 어음체계와 문자표, 그리고 음절을 현대 베트남 언어학에 근거하여 간단·명료화함으로써 독자의 이해를 높혔다.

주지하듯이 베트남어는 2014년도 대학입시에서 제2외국어 과목이 되었다. 보도에 의하면 3만 여 명에 가까운 수험생이 베트남어를 선택했다고 한다. 여기에는 "처음 시행된다는 것 때문에 다른 제2외국어에 비하여 더 좋은 등급을 받을 수 있을 것이다."라는 수험생들의 기대감이 크게 작용했다고 본다. 그러나 지금까지 꾸준하게 증가하고 있는 국내의 베트남어 수요를 간과할 수 없을 것이다. 베트남 투자 한국 기업과 베트남 거주 한국인이 각각 5000여 개와 15만 명을 넘는 현실이 이를 입증한다.

"한국인을 위한 베트남어 회화"는 베트남어를 배우려는 국내의 모든 한국인들을 위해 쓰여졌다. 그리고 이 책은 초급부터 고급까지 모두 4권으로 구성되었다.

이 개정판을 냄에 있어서 도움을 주신 분들에게 고마움을 표한다. 호찌밍시 국가대학교 인문사회과학대 응우옌 티황옌(Nguyễn Thị Hoàng Yến) 교수는 내용 보충과 수정에 많은 시간을 내주셨다. 한국외대 베트남어과 김유민 학생은 삽화 제작에 많은 도움을 주었다.

어떻든 이번에 발행되는 개정판이 베트남어를 배우고자하는 국내의 모든 이들에게 크게 도움이 되었으면 한다. 수정·보완되었다고 하지만 완벽할 수는 없다. 따라서 미흡한 부분들은 독자들의 비평과 충고를 받아들여 차후에 또 수정·보완할 예정이다.

2017년 6월

송정남

한국인을 위한

베트남어 회화 ❹

Contents

Bài 01

SỰ TÍCH TRẦU CAU

Vietnamese Conversation 4

Hội thoại (회화)

Kim: Anh Lâm ơi, anh đang làm gì? Có bận không?

Lâm: Có gì không chị Kim? Tôi đang rảnh đây.

Kim: Anh cho tôi hỏi, từ 'Folklore' tôi dịch sang tiếng Việt là 'Văn học dân gian' có ổn không anh?

Lâm: Theo tôi, dịch như vậy thì không sai nhưng e là chưa sát nghĩa. Vì văn học dân gian thì chỉ đề cập đến các thể loại như *ca dao, thành ngữ, tục ngữ, truyền thuyết, truyện cổ tích, truyện thần thoại* do người dân sáng tác và lưu truyền bằng hình thức truyền khẩu từ đời này sang đời khác thôi.

Kim: Đúng vậy. Tôi nghĩ thuật ngữ Folklore không chỉ nói về văn học dân gian mà còn bao hàm cả các loại hình biểu diễn nghệ thuật dân gian như *dân ca, múa, hát,* ... và cả các loại hình mỹ thuật như *hội họa, kiến trúc và điêu khắc dân gian* nữa.

Lâm: Cũng nên nhớ thuật ngữ Folklore còn dùng để nói về *tín ngưỡng, thờ cúng, chuyện lễ hội, phong tục tập quán và cả các kinh nghiệm, tri thức dân gian trong canh tác nông nghiệp, trong việc sử dụng các nguồn lợi từ tự nhiên, trong việc phòng, chữa bệnh, ...*

Kim: Ồ, nói chuyện, trao đổi với nhau mới thấy nội hàm của thuật ngữ này thật là rộng. Vậy, tôi nên hiểu thuật ngữ Folklore sao cho chính xác hả anh?

Lâm: Giờ mình cứ hình dung như thế này: nếu thể hiện bằng hình vẽ sẽ có ba vòng tròn đồng tâm. Trong đó, văn học dân gian là vòng tròn nhỏ nhất, nằm trong vòng tròn thứ hai là văn nghệ dân gian, vòng tròn ngoài cùng là văn hóa dân gian.

Kim: Rất dễ hiểu và dễ nhớ. Vậy, nếu tôi dịch từ 'folklore' là văn học - văn nghệ - văn hóa dân gian thì có được không anh?

Lâm: Dịch vậy thì rất sát nghĩa nhưng hơi dài dòng. Tôi thấy các nhà nghiên cứu văn hóa Việt Nam thường dùng cụm từ văn hóa - văn nghệ dân gian khi muốn nói về folklore đó.

Kim: Cám ơn anh Lâm. Dịch vậy thì vừa ngắn gọn vừa đủ nghĩa anh hả?

Lâm: Có lẽ vậy.

(Phỏng theo http://baobacninh.com.vn/news_detail/92926/doi-dieu-ve-van-hoa-van-nghe-dan-gian-o-bac-ninh.html)

Bài đọc (독해)

Sự tích trầu cau

Ngày xưa, từ thời các vua Hùng, gia đình họ Cao có hai người con trai. Tân là anh, Lang là em, hai người rất giống nhau. **Chẳng may**, bố mẹ chết sớm, hai anh em phải đến làm thuê cho nhà họ Lưu.

Một thời gian sau, Tân lấy con gái nhà họ Lưu làm vợ. Họ làm một ngôi nhà mới và đón Lang về cùng sống. Khi chưa lấy vợ, Tân rất yêu thương em, nhưng sau khi có vợ, Tân không còn yêu quí, **chiều chuộng** em như trước nữa. Lang cảm thấy **cô đơn**, chán nản và buồn rầu.

Một hôm, Tân và Lang đi làm đến tối mịt mới về. Lang về trước, vợ Tân tưởng chồng mình, chạy ra **ôm chầm** lấy. Giữa lúc đó Tân về đến nhà. Từ đó, Tân vì ghen mà **lạnh nhạt** với em hơn. Thấy vậy, Lang vừa giận, vừa buồn vừa **thẹn**. Chàng quyết định bỏ nhà ra đi. Lang đi mãi, đi mãi, tới một con sông lớn, vừa đói, vừa mệt, vừa đau khổ. Chàng ngồi xuống bên bờ sông, khóc mãi cho đến lúc **hóa** thành đá.

Ở nhà, chờ mãi không thấy Lang về. Tân biết em **bỏ đi** vì giận. Chàng rất **hối hận**, rồi cũng bỏ nhà đi tìm em. Sau mấy ngày, Tân cũng đến khúc sông nơi Lang đã hóa đá. Trước mặt là sông sâu, nước xiết, Tân đành ngồi dựa vào tảng đá khóc **mãi** cho đến chết. Tân chết, **xác** hóa thành một cây có thân **mọc** thẳng lên trời.

Vợ Tân chờ hết ngày này qua đêm khác không thấy **bóng** chồng trở về, cũng liền bỏ nhà đi tìm chồng. Nàng đi mãi rồi cũng đến tảng đá và gốc cây bên bờ sông. Người vợ khóc cạn nước mắt rồi hóa thành một **cây dây leo quấn quanh** cây mọc thẳng kia.

Một hôm, vua Hùng đi qua khúc sông đó, thấy có cây lạ liền hỏi mọi người. Được nghe kể lại câu chuyện trên, vua rất **xúc động**. Vua liền sai người **trèo** lên hái quả cây xuống **nếm** thử. Khi **nhai** quả cây ấy với lá của cây dây leo thì có vị vừa cay, vừa thơm, vừa ngọt và khi **nhổ** nước nhai từ quả và lá cây xuống hòn đá, thứ nước ấy chuyển thành màu đỏ như máu.

Sau đó, vua truyền đặt tên cho cây mọc thẳng là cây Cau, cây dây leo là cây Trầu, còn hòn đá thì được **nung** kỹ thành **Vôi**. Ba thứ: Trầu, Cau và Vôi kết hợp với nhau như một **biểu tượng** của tình yêu **thủy chung, nồng thắm**. Từ đó, trong các lễ cưới, hỏi ở Việt Nam, trầu cau là một **lễ vật** không thể thiếu. Thời trước, mỗi khi gặp gỡ nhau trong các dịp **hội hè đình đám,** người Việt thường mời nhau ăn Trầu. Câu tục ngữ "Miếng Trầu là đầu câu chuyện" cũng rất quen thuộc với người Việt ngày nay.

(Phỏng theo "Chuyện cổ tích Việt Nam")

Từ vựng (어휘)

ca dao(歌謠)	가요(민요의 일종)	truyện cổ tích(傳古迹)	고전
truyền khẩu(傳口)	구전	nội hàm(內含)	내면의 함축된 의미
chẳng may	불행하게도	chiều chuộng	배려하다
cô đơn(孤單)	외로운	ôm chầm	재빨리 꼭 껴안다
lạnh nhạt	무뚝뚝한, 차가운	thẹn	얼굴을 붉히다
hóa(化)	변화하다, ~이 되다=hóa thành	bỏ đi	집을 나가다, 가출하다
hối hận(悔恨)	후회하다	mọc	나다, 자라다
xác	사체, 시체	mãi, mãi mãi	계속해서, 영원히
bóng	그림자	cây dây leo	타고 올라가는 줄기나무
truyền thuyết(傳說)	전설	tục ngữ(俗語)	속담
thành ngữ(成語)	고사성어	truyện thần thoại (傳神話)	신화
vòng tròn	원, 동그라미	quấn quanh	휘감다
xúc động(觸動)	감동하다	trèo	기어오르다
nếm	맛보다	nhổ	뱉다, 뽑다
nung	(벽돌이나 석회를) 굽다	vôi	석회
biểu tượng(表象)	상징하다	thủy chung(始終)	한결 같은, 시종일관
nồng thắm	열렬한	lễ vật(禮物)	예물
hội hè đình đám	농촌의 축제	nhai	씹다

Chú giải ngữ pháp (문법해설)

1 nhìn, trông, ngó, xem, thấy, ngắm, coi

Đây là nhóm động từ với đặc điểm chung là có sự tham gia của cơ quan thị giác (mắt) con người. Tuy nhiên, mỗi động từ đều mang những đặc điểm riêng, khác với những động từ còn lại trong nhóm. Do vậy, trong quá trình sử dụng các động từ này, cần lưu ý:

이들은 사람의 시각기관을 통해서 표현되는 동사이다. 의미는 서로 비슷하지만, 다음과 같이 개별적 특징을 갖는다.

"Nhìn" là động từ sử dụng mắt hướng vào đối tượng nhưng nó mang ý nghĩa trung tính, và thường được sử dụng nhiều nhất:

"Nhìn"은 눈으로 대상을 볼 때 쓰지만, 중성의 뜻을 갖는다. "Nhìn"은 시각동사 중에서 가장 많이 쓰인다

Ví dụ
- Tôi **nhìn** anh ấy.
- Anh ấy cũng **nhìn** tôi.
- Tôi và anh ấy **nhìn nhau**.

"Trông" có hai ý nghĩa: ý nghĩa thứ nhất giống **"nhìn"** còn ý nghĩa thứ hai tương đương với **"giữ"** hay **"chăm sóc"**:

"Trông"은 두 가지 의미를 갖는다. 첫째, **"nhìn"**과 가장 유사하다. 둘째, **"giữ"** 또는 **"chăm sóc"**과 같은 의미도 갖는다.

Ví dụ
- Từ trên máy bay **trông** xuống, bạn có thể thấy núi non, biển cả, ruộng đồng …
- Lúc rỗi rãi, ông ta đứng trên vỉa hè **trông** mọi người và xe cộ đi lại trên đường phố.
- Hàng ngày, anh ta **trông** xe đạp, xe máy ở đầu phố.
- Khi bố mẹ bận đi làm, hai anh em **trông** nhau ở nhà.

"Ngó" là động từ sử dụng cơ quan thị giác (mắt) hướng vào đối tượng một cách nhanh chóng, trong giây lát:

"Ngó"는 시각기관을 통하여 짧은 시간에 신속하게 대상을 본다고 할 때 쓴다.

Ví dụ
- Không hiểu anh ấy tìm ai mà qua phòng nào, anh ấy cũng **ngó** vào.
- Cô ấy **ngó** tôi từ đầu đến chân rồi bỏ đi.

"Xem" gần giống với **"nhìn"** nhưng khác **"nhìn"** ở chỗ là hướng vào đối tượng để tìm hiểu và thưởng thức cái hay của đối tượng:

"Xem"은 **"nhìn"**과 유사하지만 대상의 흥미로운 것을 이해하고, 감상하는 주시 대상에서 다르다.

Ví dụ
- Hồi nhỏ, chúng tôi rất thích đi **xem** phim ở rạp chiếu bóng.
- Tối nào, tôi cũng **xem** ti-vi khoảng 1 tiếng.

"Thấy" là động từ biểu thị ý nghĩa kết quả của các động từ "nhìn, trông":

"Thấy"는 동사 "nhìn", "trông"의 결과 의미를 표현하는 동사이다. 이는 "nhìn thấy", "trông thấy"의 형태로 쓴다.

Ví dụ
- Chị ấy (**trông**) **thấy** anh ấy đang đi vào thư viện.
- Trời tối quá, tôi không (**nhìn**) **thấy** gì cả.

"Ngắm" là động từ sử dụng mắt hướng vào đối tượng để tìm "cái đẹp", thưởng thức cái đẹp có chứa trong đó:

"Ngắm"은 대상의 아름다움을 찾고 그 내부에 담겨 있는 아름다움을 감상하기 위하여 본다고 할 때 쓴다.

Ví dụ
- Họ muốn đi du lịch bằng tàu hỏa để **ngắm** phong cảnh.
- Chị ấy hay ghé vào cửa hàng bán tranh để **ngắm** những bức tranh đẹp.

"Coi" thường có hai ý nghĩa: ý nghĩa thứ nhất giống với **"xem"**, còn ý nghĩa thứ hai tương đương với **"giữ"** hay **"chăm sóc"**:

"Coi"는 보통 두가지 의미가 있다. 첫째, **"xem"**과 의미가 비슷하다. 둘째, **"giữ"** 또는 **"chăm sóc"**과 같은 의미를 갖는다.

Ví dụ
- Cuối tuần, chúng tôi thường đi **coi** phim với nhau.
- Chị ấy **coi** trẻ tại một nhà trẻ ở trung tâm thành phố.

2

동사 + luôn (ngay) …

… đi luôn …

… làm ngay …

Các từ **"luôn"**, **"ngay"** đi sau các động từ biểu thị hành động được tiến hành và thực hiện "liền sau đó". Trong nhiều trường hợp, để biểu thị ý nghĩa "liền sau đó" một cách nhanh và mạnh hơn, người ta thường kết hợp với các từ "tức thì", "tức khắc", "lập tức":

동사 뒤에 오는 **"luôn"**과 **"ngay"**는 그 동사에 대한 즉각적인 진행과 실현을 나타낸다. 이보다 더 빠르고 더 강한 반응을 표현하고자 할 때는 보통 "đi **ngay lập tức**", "trả lời **ngay tức khắc**", "ăn ngay tức thì" 등의 형태처럼 동사에 "tức thì", "tức khắc", "lập tức"을 결합하여 쓴다.

Ví dụ

- Chúng tôi vừa nói, anh ấy đã hiểu **ngay**.
- Ô tô đến là cô ấy đi **luôn**.
- Vừa xuống xe là họ vào phòng họp **ngay lập tức**.
- Không biết có chuyện gì gấp mà ăn xong là anh ấy đi **ngay tức thì**.

Luyện tập (어음 연습)

A 1. Tìm các từ đồng nghĩa và trái nghĩa với các từ dưới đây -

1) Tìm các từ đồng nghĩa với:

xúc động →

thẹn →

chết →

chờ đợi →

làm thuê →

thủy chung →

2) Tìm các từ trái nghĩa với:

giống nhau →

lạnh nhạt →

chiều chuộng →

hối hận →

cô đơn →

tức giận →

2. Đọc - hiểu ý nghĩa chính. Sau đó tìm và khoanh tròn trường hợp đúng -

- Trong câu chuyện "sự tích Trầu Cau" gồm có ______.

a. hai nhân vật chính

b. ba nhân vật chính

c. bốn nhân vật chính

- Tân và Lang là hai anh em ______, mồ côi bố mẹ từ nhỏ.

a. giống nhau như đúc

b. khác nhau hoàn toàn

c. chẳng giống nhau một chút nào cả

- Lang cảm thấy rất cô đơn, chán nản và buồn rầu vì ______.

a. Tân vẫn yêu thương, chiều chuộng em

b. Tân không còn yêu thương, chiều chuộng em như trước nữa

c. Tân rất yêu vợ mình

- Lang đi mãi, đi mãi, cho tới lúc khóc kiệt sức và biến thành ______.

a. một cây mọc thẳng lên trời

b. một hòn đá lớn

c. một cây dây leo quấn quanh cây mọc thẳng

- Người vợ khóc cạn nước mắt rồi hóa thành một ______ quấn quanh cây mọc thẳng kia.

a. hòn đá

b. cây dây leo

c. cây mọc thẳng

- Vua Hùng đã truyền đặt tên cho cây mọc thẳng là ________, cây dây leo là cây trầu còn hòn đá thì được nung kỹ thành vôi.

a. cây cau
b. cây trầu
c. vôi

- Chuyện "Sự tích Trầu Cau" được người Việt Nam quan niệm như một biểu tượng của ________.

a. sự giận dữ, ghen tị
b. tình yêu thủy chung, nồng thắm
c. tình bạn bè gần gũi, thân thiết

3. Trả lời các câu hỏi theo nội dung bài đọc -

- Tân và Lang là hai anh em như thế nào ?
- Sau khi có vợ, tình cảm của Tân đối với Lang như thế nào ?
- Vì sao Lang bỏ nhà ra đi ? Và Lang đã hóa thành cái gì ?
- Lý do nào làm cho Tân đi tìm em ? Cuối cùng Tân đã biến thành cây gì ?
- Vì sao vợ Tân quyết định đi tìm chồng ? Nàng đã hóa thành cây gì ?
- Vì sao vua Hùng đã truyền đặt tên cho cây mọc thẳng là cây cau, cây dây leo là cây trầu, còn hòn đá là vôi ?
- Bạn hãy cho biết lý do tại sao hiện nay trong các lễ cưới, hỏi ở Việt Nam, trầu cau là một lễ vật không thể thiếu ?
- Bạn có suy nghĩ gì khi đọc câu chuyện này ?

4. Thử giải thích các từ và nhóm từ sau -

xúc động →

lạnh nhạt →

nồng ấm →

hối hận →

thủy chung →

cô đơn →

"miếng trầu là đầu câu chuyện" →

6. Thảo luận -

1) Bạn hãy đọc những ý chính cho sẵn dưới đây. Sau đó, bạn hãy đánh dấu vào ý không phù hợp với ý chính đã cho -

- Tân và Lang là hai anh em ruột, giống nhau như đúc.
  a. Tân và Lang là hai anh em cùng một bố mẹ
  b. Cả hai anh em đều giống nhau như đúc.
  c. Tân và Lang là hai anh em họ giống nhau như đúc.
- Sau khi lấy vợ, Tân không còn chiều chuộng em như trước nữa.
  a. Mặc dù có vợ nhưng Tân vẫn chiều chuộng, yêu thương em.
  b. Sau khi lấy vợ, tình cảm anh em không được như trước nữa.
  c. Tân không dành tình yêu thương cho Lang từ khi có vợ.

- Vì hai anh em giống nhau như đúc nên vợ Tân đã ôm nhầm Lang, tưởng đó là chồng mình.
  a. Vợ Tân đã tưởng Lang là chồng nên đã ôm nhầm.
  b. Trời tối, hai anh em lại giống nhau nên vợ Tân đã ôm nhầm Lang.
  c. Lang là chồng nên không có chuyện ôm nhầm.

- Lang bỏ nhà ra đi vì buồn chán, Tân bỏ nhà ra đi để tìm em, còn vợ Tân bỏ nhà ra đi để hy vọng tìm thấy chồng.
  a. Lang bỏ nhà ra đi vì giận anh đã đối xử lạnh nhạt với mình.
  b. Cả ba người bỏ nhà ra đi để tìm nhau.
  c. Tân bỏ nhà ra đi vì ghen tức với vợ mình.

- Trầu cau là biểu tượng của tình yêu thủy chung, nồng thắm.
  a. Trầu cau là biểu tượng của tình anh em thủy chung.
  b. Trầu cau là biểu tượng của tình bạn bè thủy chung nồng thắm.
  c. Trầu cau là biểu tượng của tình vợ chồng nồng thắm.

2) Bạn hiểu thế nào về câu tục ngữ dưới đây -

- "Miếng trầu là đầu câu chuyện"
- Vì sao trầu cau là lễ vật không thể thiếu được trong lễ ăn hỏi, lễ cưới của người Việt Nam ?
- Người Việt Nam khi gặp gỡ nhau trong các dịp hội hè đình đám cũng mời nhau ăn trầu. Bạn hãy giải thích vì sao ?
- Trong kho tàng truyện cổ Hàn có câu chuyện nào tương tự như chuyện "Trầu Cau" của Việt Nam không ? Nếu có, hãy kể lại ?

B 1. Sử dụng các động từ thị giác điền vào các câu dưới đây -

- Nghe nói, hiện nay người Việt Nam rất thích ______ phim truyền hình nhiều tập của Hàn Quốc.
- Không hiểu ông ấy tìm ai mà vào đây ______ một lượt rồi bỏ ra ngoài.
- Cô ấy làm nghề ______ trẻ tại một trường mẫu giáo ở trung tâm thành phố.
- Khi đến Hà Nội, chúng tôi ______ nhiều gia đình ______ xe máy, xe đạp trong nhà.
- Chị ấy bị cận lại quên kính nên không ______ gì cả.
- Chiều qua, tôi ______ chị ấy đi chơi với anh ấy ở trung tâm thành phố.
- Anh chị muốn mua gì ạ ?

  Dạ không. Chúng tôi chỉ ______ thôi.
- Cậu đang đứng ______ gì đây ?

  À, mình ______ hai người cãi nhau.
- Tuần trước tôi đã ______ tổng thống Hàn Quốc đã trả lời phỏng vấn trên ti vi.
- Các cô gái rất thích ______ mình qua gương.

2. Hãy tìm động từ thường kết hợp với những đối tượng (bổ ngữ) sau, rồi đặt câu với chúng -

ti vi	video	bộ phim mới
cái áo đẹp	quyển sách hay	bức tranh phong cảnh
phố cổ Hà Nội	triển lãm	trời
đất	biển	phong cảnh
núi non	xe cộ trên đường phố	vào phòng

3. Sử dụng các từ *"luôn, ngay, ngay lập tức, ..."* tạo lập câu với các nhóm từ cho sẵn dưới đây -

vừa về đến nhà	đi tắm
vào phòng	bật ti vi
nằm xuống giường	ngủ
cầm lấy sách	buồn ngủ
ăn cơm xong	hút thuốc
tan học	vào quán Internet
hỏi	trả lời
không hiểu	hỏi
đói	ăn

4. Đọc ngữ cảnh rồi hoàn thiện các câu sau với *"ngay, luôn, ngay lập tức,..."* -

- Khi nghe tin người thân bị ốm nặng ______.

- Khi cảm thấy trong người không được khỏe ______.

- Ông ấy có thói quen sau khi ngủ dậy ______.

- Anh ấy có thói quen sau khi ăn cơm xong ______.

- Khi thấy một đứa bé bị ngã ______.

- Khi gặp một đám đông đang cãi nhau ______.

- Khi gặp một vụ tai nạn giao thông ______.

- Nếu một bạn thân hiểu nhầm bạn ______.

Bài tập viết

1. Đọc. Sau đó tóm tắt nội dung câu chuyện sau -

Ai là người hạnh phúc nhất trên thế giới ?

Có một người rất thích vàng. Anh ta thường nói:

- "Khi có nhiều vàng, tôi sẽ trở thành người hạnh phúc nhất trên thế giới".

Vì thế, cả đời tiết kiệm được bao nhiêu tiền, anh ta chỉ mua vàng.

Một lần, trên đường du lịch, anh ta bị lạc vào một sa mạc ở châu Phi. Đã hai ngày rồi mà chưa tìm được chút thức ăn nào cho vào miệng. Xung quanh chẳng có ai, chỉ có đá và cát. Trời thì nóng kinh khủng. Cơn đói, cơn khát càng ngày càng dày vò anh ta một cách khủng khiếp. Anh ta yếu đến mức không thể bước nổi, chỉ bò mà thôi.

Bỗng, anh ta **phát hiện thấy** một cái túi nằm trên cát. Anh ta hy vọng trong túi có thức ăn và nước. Anh ta cố bò lại gần chiếc túi nhưng khi mở nó ra, chỉ thấy toàn vàng là vàng.

- "Vàng thì có nghĩa gì đối với một người đang đói, nằm chờ chết trên sa mạc ?"

Anh ta liền **vứt cái túi ra xa** và than khóc:

- " Ta là người bất hạnh nhất trên thế giới !"

2. Hãy chữa các lỗi sai trong bức thư dưới đây -

Seoul, ngày 22 - 08 - 2005.

Hoa thân mến !

Mình đã về Seoul được một tháng **nữa** nhưng hôm nay mới có **không** gian để viết thư **về** bạn. Hoa thông cảm cho mình nhé ! Trước hết, cho mình gửi tới cậu và toàn thể gia đình, bạn bè **câu** chúc sức khỏe, may mắn và hạnh phúc.

Dạo này, ở Seoul đang là mùa Thu nên thời **gian** rất đẹp. Lá cây đang chuyển sang màu sắc vàng. Bầu trời hình như cao hơn, xanh hơn. Không khí trong lành, mát mẻ, thật là dễ chịu. Vào thời gian này, ở Hàn Quốc, người ta đi du lịch nhiều. Tuần sau, cả gia đình mình cũng sẽ đi du lịch ở thành phố Pu-san và đảo Che-ju khoảng 1 tuần. Sau khi đi du lịch về **nhà**, mình sẽ đến trường và bước vào học kỳ mới. Đây là học kỳ cuối cùng **bởi vì** mình phải cố gắng nhiều hơn.

Dù đã ở Seoul nhưng đôi khi mình vẫn nhớ **lắm** Hà Nội. Một năm sống và học tập ở **đây** đã để lại cho mình nhiều kỷ niệm, nhất là những buổi tối cậu đưa mình đi dạo phố bằng xe máy rồi cùng ngồi uống cà phê trên hồ Hoàn Kiếm. Đó là những kỷ niệm **rõ ràng** đẹp mà không bao giờ quên được. Cậu đã giúp mình học tiếng Việt, giúp mình biết được nhiều điều về văn hóa, về đất nước và con người Việt Nam. Mình hy vọng, sau **lúc** tốt nghiệp, mình sẽ tìm được một **công** việc làm có liên quan **về** tiếng Việt, đến Việt Nam **cho** có nhiều dịp sang Hà Nội nhiều lần nữa **thêm**.

Còn cậu, dạo này thế nào ? Chắc là thời gian này cậu vẫn đang còn nghỉ hè. Hè này cậu có về thăm quê không ? Mọi người trong gia đình cậu vẫn khỏe chứ ? Cho mình gửi lời thăm hỏi và chúc sức khỏe tới bố mẹ và gia đình cậu nhé!

Mình xin dừng bút tại đây. Một lần nữa, chúc cậu may mắn, hạnh phúc. Rất mong thư cậu !

Thân,

Park Hye Jin

Bản ghi nhớ

Bài 02

SỰ TÍCH BÁNH CHƯNG - BÁNH DÀY

Vietnamese Conversation 4

Hội thoại (회화)

Park: Bánh chưng là bánh gì ? Chắc là ngon lắm nhỉ ?

Dũng: Thế cậu chưa ăn bánh chưng à ? **Mang tiếng** là sinh viên tiếng Việt, lại đang tìm hiểu về văn hóa Việt Nam mà không biết bánh chưng là bánh gì thì tớ không thể hiểu nổi ···

Park: **Thực ra** thì tớ nghe nói nhiều về bánh chưng nhưng chưa bao giờ được ăn cả ···

Dũng: Đó là một loại bánh được làm bằng **gạo nếp**, có **nhân** là thịt và đậu xanh. Bánh chưng là loại bánh **cổ truyền** của người Việt Nam, người ta thường ăn nhiều trong ngày Tết ··· Chuyện về bánh chưng là cả một câu chuyện dài ···

Park: Thế vào dịp Tết, gia đình Việt Nam nào cũng **gói** bánh chưng à ?

Dũng: Đối với người Việt Nam, đón năm mới mà không có bánh chưng thì cũng coi như không có **hương vị** ngày Tết. Bánh chưng là một lễ vật mang ý nghĩa quan trọng để **tế** Trời đất, **cúng Tổ tiên**.

Park: Cậu vừa nói chuyện về bánh chưng có cả một câu chuyện dài, nghĩa là thế nào ?

Dũng: À, nghĩa là nó có **sự tích**, có nguồn gốc của nó. Sáng mồng Một Tết, cậu đến **xông nhà**, tớ sẽ mời cậu ăn bánh chưng và cho cậu mượn cuốn "Chuyện cổ tích Việt Nam" thì cậu sẽ hiểu tất cả ···

Park: Cám ơn, nhưng tớ mà xông nhà chắc không may mắn đâu ! Tớ ngại lắm!

Dũng: Không. Cậu thông minh, tốt bụng lại **nhanh nhẹn**, chắc chắn là đi xông nhà được. Tớ tin là như vậy ···

Bài đọc (독해)

Sự tích bánh chưng bánh dày

Vua Hùng thứ sáu có 20 người con trai. Khi tuổi đã cao không biết chọn ai **nối ngôi**, nhà vua gọi tất cả các con lại và nói: "**Tổ tiên** ta từ khi dựng nước đã truyền được 6 đời. Nay, ta già rồi, không thể sống mãi với trời đất được. Ta muốn tìm một người sẽ thay ta **trị vì** đất nước. Nhân dịp lễ Tiên Vương, nếu con nào làm ta vừa ý thì ta sẽ **truyền ngôi** cho".

Tất cả hai mươi chàng trai đều muốn giành được **ngôi báu** nên ai cũng cố gắng làm vừa ý cha. Nhưng ý cha thế nào, không ai đoán nổi. Họ chỉ biết **đua** nhau **làm cỗ** thật ngon để đem về lễ Tiên Vương.

Người buồn nhất là Lang Liêu. Ông là con thứ 18 của vua Hùng. So với các anh em, ông là người nghèo nhất. Những người anh em của ông đều sai người đi tìm nhiều loại thức ăn quý hiếm trên rừng, dưới bể. Còn ông, từ khi lớn lên chỉ biết việc **đồng áng**, trồng lúa trồng khoai, những thứ quá **tầm thường**.

Một hôm nằm mơ, ông thấy **thần** đến bảo: "Con biết không, trong trời đất không cái gì quý bằng gạo. Gạo nuôi sống con người mà ăn không bao giờ chán. Những thứ khác dù ngon, dù quý cũng không thể thay thế được gạo. Hãy lấy gạo ra làm bánh mà lễ Tiên Vương".

Tỉnh dậy, Lang Liêu mừng lắm. Ông chọn thứ gạo nếp thơm, trắng làm thành hai loại bánh, một loại hình tròn và một loại hình vuông.

Đến ngày lễ Tiên Vương, mọi người đua nhau mang của ngon vật lạ đến. Vua xem qua một lượt rồi dừng lại trước **mâm** bánh của Lang Liêu … Thấy lạ, vua gọi Lang Liêu đến hỏi. Lang Liêu kể lại giấc mơ gặp thần. Vua **ngẫm nghĩ** rất lâu rồi chọn hai thứ bánh đó **tế** trời, **cúng** Tiên Vương.

Lễ xong, vua gọi mọi người mang bánh ra ăn thử. Ai cũng khen ngon. Nhà vua họp mọi người lại, nói: " Bánh hình tròn giống như bầu trời đặt tên là bánh dày. Bánh hình vuông tượng trưng cho mặt đất. Các thứ đậu, thịt bên trong, lá gói bên ngoài tượng trưng cho cây cỏ **muôn loài**. Bánh đó gọi là bánh chưng. Lang Liêu sẽ nối ngôi ta".

Từ đó mới có tục gói bánh chưng, bánh dày. Thiếu bánh chưng, bánh dày là thiếu **hương vị** ngày Tết.

(Theo "Hợp tuyển thơ văn Việt Nam,
tập I, Văn học dân gian, NXB Văn học, 1977)

Từ vựng (어휘)

mang tiếng	악평을 듣다	thực ra	사실은, 실제로, 정말로
gạo nếp	찹쌀	nhân	늘리다, 곱하다, 더하다
cổ truyền(古傳)	고전적인, 전통적인	gói	싸다, 포장하다
hương vị(香味)	향기와 맛	sự tích(事蹟)	사적, 사실
xông nhà	새해 첫 손님이 되다	nhanh nhẹn	경쾌한, 몸이 재빠른
vua	왕	nối ngôi	왕위를 잇다
tổ tiên(祖先)	선조, 조상	trị vì(治位)	통치하다, 다스리다
truyền ngôi	왕위를 물려주다	ngôi báu	왕좌
đua	경쟁하다, 겨루다	làm cỗ	(잔치를) 준비하다
đồng áng	농업의	tầm thường(尋常)	보통의, 평범한
thần(神)	신; 신령=thần linh	mâm	쟁반
ngẫm nghĩ	~을 생각하다, 숙고하다	tế(祭)	제사를 지내다
cúng	제사를 지내다	muôn loài	수없이 많은
lễ Tiên vương(禮先王)	선왕께 드리는 제례	lễ vật(禮物)	예물
của ngon vật lạ	맛있는 음식과 신기한 물건		

Chú giải ngữ pháp (문법해설)

1

Tất cả
Tất thảy
Toàn bộ + 명사(nhóm danh từ)
Toàn thể
Cả

Thường đứng trước danh từ (hoặc nhóm danh từ) để biểu thị số lượng toàn bộ các sự vật, khái niệm, hiện tượng. Trong đó, "**tất cả**", "**tất thảy**" có thể dùng cho mọi loại danh từ để chỉ số lượng toàn thể của một tập hợp. Sau chúng có thể dùng "**những**", "**các**", "**mọi**"; trong khi "**toàn thể**" chỉ dùng với danh từ chỉ người, "**toàn bộ**" chỉ kết hợp với các danh từ sự vật. Còn "**cả**" thường biểu thị tính toàn thể của một sự vật, hiện tượng nên sau "**cả**" không có "**những**", "**các**":

이들은 명사 앞에 쓰여 그 명사의 전체 수량을 의미한다. 이중 "**tất cả**"와 "**tất thảy**"는 집합의 모든 수량을 가리킨다. 이들 뒤에는 "**những**", "**các**", "**mọi**" 등이 쓰인다. "**toàn thể**"는 사람을 가르키는 명사, "**toàn bộ**"는 사물명사에만 쓰인다. "**cả**"는 사물과 현상의 전체성을 내포하는 까닭에 "**cả**" 뒤에는 "**những**", "**các**"을 쓸 수 없다.

Ví dụ
- **Tất cả** (các) sinh viên ở khoa Tiếng Việt đều là sinh viên nước ngoài.
- **Tất thảy** (những) đồ đạc trong phòng này đều do tôi mua.
- **Toàn thể** nhân viên trong công ty đều yêu mến ông ấy.
- **Toàn bộ** sách trong thư viện là của trường đại học.
- Tuần sau, **cả** trường được nghỉ học 3 ngày.
- Hôm nay, **cả** gia đình tôi đi nghỉ mát ở vịnh Hạ Long.

2

··· 동사 + được (nổi, xuể) ···

"Được", **"nổi"**, **"xuể"** là những phó từ thường đi sau các động từ để biểu thị tính chất hoạt động, khả năng thực hiện hành động của chủ thể:

"Được", **"nổi"**, **"xuể"**는 일반적으로 동사 뒤에 오는 부사로서 주체의 활동 성질이나 행동 실현 가능성을 표현한다.

"동사 + **được**" biểu thị khả năng thực hiện hành động của chủ thể:

"동사 + **được**"은 주체의 행동 실현 가능성을 표현한다.

Ví dụ

- Việc này tôi làm **được**.
- Việc ấy tôi **không** làm **được**.

"동사 + **nổi**" biểu thị khả năng thực hiện hành động của chủ thể đối với những sự việc có tính chất khó khăn, đòi hỏi chủ thể phải có một khả năng vượt bậc:

"동사 + **nổi**"는 어려운 일에 대한 주체의 행동 실현 가능과 주체가 한계를 뛰어 넘는 가능이 있기를 요구한다.

Ví dụ

- Chỉ có chị ấy mới giải quyết **nổi** việc này.
- Việc chị nhờ tôi khó quá, tôi **không** làm **nổi**.

"동사 + **xuể**" biểu thị khả năng thực hiện hành động của chủ thể trong bối cảnh số lượng công việc quá nhiều mà thời gian thực hiện chúng lại có hạn:

"동사 + **xuể**"는 시간은 한정되어 있고 일이 많은 상황에도 불구하고 주체의 행동 실현 가능성을 표현한다.

Ví dụ

- Dạo này công việc nhiều quá, tôi **không** làm **xuể**.
- Muốn hoàn thành việc đó, ít nhất phải có 10 người mới làm **xuể**.

Trong một số trường hợp có thể thay thế **"xuể"** bằng **"hết"**:

일부의 경우에는 **"hết"**으로 **"xuể"**를 대체할 수 있다.

3 Nhờ … mà …

"Nhờ … mà …" là kết cấu biểu thị quan hệ "nguyên nhân - kết quả". Tuy nhiên, khác với những kết cấu biểu thị "nguyên nhân - kết quả" khác, nội dung "kết quả" trong kết cấu này thường mang ý nghĩa tốt.

"Nhờ … mà …"는 원인과 결과 관계를 표현할 때 쓰는 형태이다. 다른 원인과 결과 형태의 표현과는 달리 이 형태의 결과 내용은 보통 좋은 의미를 갖는다.

Ví dụ

- **Nhờ** áp dụng khoa học kỹ thuật **mà** năng suất lao động của nhà máy không ngừng tăng cao.
- Năng suất lao động của nhà máy không ngừng tăng cao **nhờ** áp dụng khoa học kỹ thuật.
- **Nhờ** có bác sĩ giỏi **mà** anh ấy đã vượt qua được căn bệnh hiểm nghèo.
- Anh ấy đã vượt qua được căn bệnh hiểm nghèo **nhờ** có bác sĩ giỏi.

Luyện tập (어음 연습)

A 1.Tìm các từ đồng nghĩa và trái nghĩa với các từ dưới đây -

1) Tìm các từ đồng nghĩa với:

ngẫm nghĩ →

nhanh nhẹn →

tục →

thực ra →

trị vì →

mang →

giành (được) →

làm vừa ý →

2) Tìm các từ trái nghĩa với:

tầm thường →

nhanh nhẹn →

thông minh →

tốt bụng →

bên ngoài →

thơm → ______

thiếu → ______

khen → ______

2. Đọc - hiểu ý nghĩa chính. Sau đó tìm và khoanh tròn trường hợp đúng -

- Khi tuổi đã cao, vua Hùng đã gọi tất cả các con trai lại và nói rằng, ông ta muốn ______ trị vì đất nước.

a. chọn một người thay ông

b. không muốn chọn ai thay ông

c. tiếp tục trị vì đất nước

- Tất cả các con của vua Hùng đều muốn giành được ngôi báu nên ai cũng cố gắng ______ cha.

a. làm mất lòng

b. làm vừa ý

c. làm cho cha phật ý

- Lang Liêu là người nghèo nhất. Từ bé đến lớn, ông chỉ biết ______ trồng lúa trồng khoai, những thứ quá tầm thường.

a. không biết công việc đồng áng

b. ăn chơi, không biết làm gì cả

c. công việc đồng áng

- Trong giấc mơ, thần đã bảo Lang Liêu: gạo là cái quí nhất, gạo nuôi sống con người và ________ ; không có gì có thể thay thế được gạo …

a. ăn nhiều thường cảm thấy chán

b. ăn không bao giờ biết chán

c. ăn bao giờ cũng chán

- Sau khi tỉnh dậy, Lang Liêu đã chọn loại ________ làm thành hai loại bánh, một loại hình tròn và một loại hình vuông.

a. gạo nếp thơm, trắng

b. gạo nếp bình thường

c. gạo nếp thơm nhưng không trắng lắm

- Trong ngày lễ Tiên Vương, vua Hùng đã chọn mâm lễ vật ________ của Lang Liêu để tế trời đất và cúng Tiên Vương.

a. gồm nhiều món ăn quý hiếm

b. gồm của ngon vật lạ

c. gồm hai loại bánh

- Bánh chưng là loại bánh ________, tượng trưng cho mặt đất, nhân bên trong, lá gói bên ngoài tượng trưng cho cây, cỏ muôn loài.

a. có hình tròn

b. có hình vừa tròn vừa vuông

c. có hình vuông

3. Trả lời các câu hỏi theo nội dung bài đọc -

- Bánh chưng được làm từ những nguyên liệu nào ?
- Đối với người Việt Nam, nói đến bánh chưng là nói đến những truyền thống văn hóa nào ?
- Khi thấy mình tuổi đã cao, vua Hùng đã gọi các con đến và nói gì ?
- Các con của vua Hùng đã cố gắng làm gì ?
- Lang Liêu là người như thế nào ?
- Một hôm, Lang Liêu nằm mơ thấy gì ?
- Khi tỉnh dậy, Lang Liêu đã làm gì ?
- Đến ngày lễ Tiên Vương thì việc gì đã xảy ra ?
- Hai loại bánh chưng và bánh dày tượng trưng cho cái gì ?
- Bạn hãy cho biết, ở Hàn Quốc có những món ăn truyền thống nào được làm và ăn trong những ngày Tết ?
- Ý nghĩa của những món ăn đó là gì ?

4. Thử giải thích các từ và nhóm từ sau -

xông nhà →

mang tiếng →

truyền ngôi →

nhân →

làm vừa ý (ai) →

công việc đồng áng →

của ngon vật lạ →

5. Thảo luận -

1) Bạn hãy đọc những ý chính cho sẵn dưới đây. Sau đó, bạn hãy đánh dấu vào ý không phù hợp với ý chính đã cho -

- Vua Hùng có kế hoạch truyền ngôi cho một trong số các con trai của mình.
  a. Vua Hùng muốn chọn một người con thay ông ấy trị vì đất nước.
  b. Vua Hùng muốn chọn một số người thay ông ấy trị vì đất nước.
  c. Nhân dịp lễ Tiên Vương, vua Hùng muốn tìm một người thay ông ấy trị vì đất nước.

- Tất cả các con trai của vua Hùng, ai cũng muốn thay cha trị vì đất nước.
  a. Hai mươi con trai của vua Hùng đều muốn cha chọn mình.
  b. Tất cả con trai của vua Hùng không ai muốn trị vì đất nước.
  c. Hai mươi con trai của vua Hùng đều muốn giành được ngôi báu.

- Chỉ có Lang Liêu, người con thứ 18 của vua Hùng là gặp được thần linh trong giấc ngủ.
  a. Lang Liêu đã nằm mơ thấy thần đến mách bảo cách làm lễ vật.
  b. Tất cả các con trai của vua Hùng đều gặp được thần linh trong giấc ngủ.
  c. Lang Liêu đã được thần linh giúp đỡ trong việc làm lễ vật.

- Bánh hình tròn giống như bầu trời đặt tên là bánh dày. Bánh hình vuông tượng trưng cho mặt đất gọi là bánh chưng.
  a. Bánh hình tròn được vua Hùng đặt tên là bánh dày.
  b. Bánh hình vuông được vua Hùng đặt tên là bánh chưng.
  c. Bánh hình tròn là bánh chưng còn bánh hình vuông là bánh dày.

- Cuối cùng, vua Hùng đã chọn Lang Liêu là người thay vua cha trị vì đất nước.
  a. Lang Liêu đã được chọn thay vua cha trị vì đất nước.
  b. Người được chọn thay vua cha trị vì đất nước không phải là Lang Liêu.
  c. Vua Hùng đã truyền ngôi vua cho Lang Liêu.

2) Qua nội dung bài hội thoại và bài đọc, bạn hãy cho biết:

- Bạn có đồng ý với nhận xét: "Trong trời đất không có thứ gì quý bằng gạo". Nếu có, vì sao ? Nếu không, vì sao ?
- Ở Hàn Quốc có tục lệ tìm và chọn người "xông nhà" vào dịp năm mới không ? Vì sao người ta phải "tìm" và "chọn" người xông nhà.
- Người "xông nhà" vào dịp năm mới gồm những điều kiện gì ? Theo bạn vì sao phải như vậy ? Bạn có tin vào những điều này không ?
- Bạn hãy cho biết một số loại bánh mà người Hàn Quốc thường làm để cúng gia tiên vào dịp năm mới ? Ý nghĩa của chúng là gì ?

B 1. Bạn hãy điền các từ "tất cả, tất thảy, toàn thể, toàn bộ, cả" vào chỗ trống trong các câu dưới đây -

- Giám đốc công ty yêu cầu ______ nhân viên ngừng bãi công, trở lại làm việc vào sáng ngày mai.
- Ngày mai là ngày khai giảng năm học mới nên thầy chủ nhiệm Khoa yêu cầu ______ sinh viên ăn mặc nghiêm chỉnh và đến đúng giờ.
- Anh ấy quen ______ các sinh viên Việt Nam đang theo học chương trình sau đại học ở trường này.
- ______ sách và tạp chí mà anh ấy gửi cho tôi đều bằng tiếng Việt.
- Hiện nay, ______ các báo phát hành hàng ngày ở Việt Nam đều có từ 1 đến 2 trang quảng cáo.
- Vào mùa hè, ______ gia đình tôi thường đi nghỉ mát ở một nơi nào đó ngoài Hà Nội.
- Vào mùa đông, ______ bãi biển này hầu như không có ai.
- Trong thời gian học ở Việt Nam, chúng em đã đi tham quan ______ các thành phố lớn của Việt Nam.
- ______ đời ông ấy hầu như chỉ dành cho nghiên cứu khoa học.

2. Những câu dưới đây đúng hay sai -

- Tuần sau, cả lớp tôi sẽ đi tham quan.
- Toàn thể các xe ô tô ở đây đều mới.
- Toàn bộ các cuốn sách trong thư viện đều hay.
- Cả mọi bàn ghế trong lớp đều mới.
- Tất thảy mọi người đều tin tưởng vào anh ấy.

- Toàn bộ các sân vận động trong thành phố đều chật ních người.
- Buổi tối cả các quán ăn quanh trường đều đông sinh viên.
- Vì quên cho vào tủ lạnh nên toàn thể kem mà tôi mua sáng nay đều tan thành nước.

3. Sử dụng "được", "nổi", "xuể" hoàn thiện các câu dưới đây -

- Bản dịch này khó quá, tôi không dịch . . . .
- Ở đây ồn ào quá, chúng tôi không nghe . . . . ông ta đang nói gì.
- Chúng tôi tìm mãi mà không thể mua . . . . quyển sách của giáo sư.
- Cái va-li ấy quá nặng, hai người mà vẫn không thể khiêng . . . .
- Hôm nay tôi gặp quá nhiều bạn bè, tôi không nhớ . . . .
- Cô ấy là một người rất khó tính. Tôi đã cố gắng làm quen mấy lần rồi mà vẫn không làm quen . . . . .
- Vấn để đó phức tạp quá. Nó làm sao mà hiểu . . . . .
- Chị gọi nhiều thức ăn thế này thì làm sao mà ăn . . . . .

4. Đọc ngữ cảnh rồi tạo lập câu thích hợp -

- Sắp thi học kỳ nên thầy giáo cho chúng em nhiều bài tập quá.

→

- Dạo này, truyền hình có quá nhiều chương trình hấp dẫn.

→

- Trên các đường phố Hà Nội, lượng xe máy quá nhiều.

→

- Đến xem chợ hoa ngày Tết ở Hà Nội, người đông như kiến.

→

- Vấn đề xảy ra quá nhanh và quá phức tạp.

→

- Cuộc sống hiện đại xảy ra quá nhiều sự kiện bất ngờ

→

- Các món ăn ở đây quá cay.

→

5. Sử dụng kết cấu "nhờ ⋯ mà ⋯" nối hai thành phần cho dưới đây thành câu hoàn chỉnh -

- có nhiều tiến bộ trong học tập — sự giúp đỡ của mọi người

→

- có vô tuyến truyền hình — hình ảnh trên khắp thế giới

→

- phát triển của khoa học kỹ thuật — cuộc sống thoải mái và tiện lợi hơn

→

- tiếng Việt — hiểu được văn hóa Việt Nam

→

- ứng dụng công nghệ tin học   cuộc sống con người được hiện đại hóa

→

- điều kiện học tập đầy đủ   sinh viên học tập tốt hơn

→

- đội ngũ nhân viên năng động   công ty làm ăn ngày càng có lãi

→

6. Hoàn thiện các câu sau -

- Nhờ cố gắng học tập ____________________.

- ____________________ mà họ đã mua được nhà mới.

- Nhờ có trình độ ngoại ngữ giỏi ____________________.

- ____________________ mà nền kinh tế Việt Nam ngày càng khởi sắc.

- Nhờ có phương pháp nghiên cứu tốt ____________________.

- ____________________ mà chị ấy đã bảo vệ thành công luận án thạc sĩ trước thời hạn.

- Nhờ có Internet ____________________.

- ______ mà tuổi thọ của con người hiện nay càng ngày càng tăng cao.

- Nhờ có điện thoại di động ______.

Bài tập viết

1. Đọc. Sau đó tóm tắt nội dung bài đọc sau -

Thức uống có hại cho cơ thể không ?

Vào mùa hè, mọi người thường uống rất nhiều loại đồ uống để giải khát. Mặc dù uống nhiều sẽ làm cho bạn cảm thấy đã cơn khát nhưng nếu uống nhiều quá sẽ không có lợi cho cơ thể.

Vì sao uống nhiều loại đồ uống lại không có lợi ?

Như chúng ta đã biết, nhiệt độ ngoài trời vào mùa hè thường rất cao nên nhiệt sinh ra trong cơ thể, đặc biệt là nhiệt trong dạ dày và ruột rất khó để tản ra ngoài. Nếu đột nhiên uống nhiều đồ uống lạnh, dạ dày và ruột bất ngờ bị kích thích lạnh làm cơ thịt của dạ dày, ruột và thanh quản sẽ bị co lại đột ngột dẫn tới hiện tượng bị "chuột rút" làm cho bụng đau. Uống nhiều loại đồ uống còn làm nhạt niêm mạc dạ dày dẫn tới làm giảm khả năng tiêu hóa; và nếu cứ như vậy nhiều lần sẽ làm dạ dày bị "ốm", bị đau. Đồng thời, trong đồ uống chứa nhiều chất nhân tạo, nếu tích lũy nhiều thứ đó trong cơ thể cũng rất có hại.

Cho nên, chỉ uống vừa phải, và để giải khát, tốt nhất là uống nước đun sôi để nguội (hay nước lọc) bởi vì chúng không gây kích thích dạ dày và ruột, lại kinh tế hơn nhiều so với uống các loại đồ uống khác.

2. Hãy điền các từ thích hợp vào chỗ trống trong bài viết dưới đây -

Người dân ___ Trung Đông, nhất là ở Si ri, thường rất hay mê ___ Thậm chí, một số điều mê tín hiện nay đã ___ thành phong tục tập quán của họ. Dưới đây, tôi xin kể về ___ điều mê tín phổ biến nhất, hiện đang tồn ___ nặng nề trong đời sống của nhân dân chúng tôi.

Thứ nhất, người Si-ri ___ niệm rằng, họ có thể chống lại những điều ác ___ bên ngoài ___ cách đeo những chuỗi hạt ngọc bích. Đứa trẻ nào khi mới sinh ra cũng được bố mẹ đeo cho một ___ ngọc màu xanh. Đây là một điều bắt buộc bởi vì đứa trẻ còn quá yếu ớt để chống ___ những ánh mắt độc ác từ bên ngoài. Những chuỗi hạt màu xanh còn được ___ hay đính khắp nơi từ ___ ra ngoài sân, ở các góc phòng hay ___ một chỗ nào đó gần cửa ra vào để chống những ánh mắt xấu hay dòm ngó. Thậm chí, nếu ai đó vừa ___ được một món đồ dùng có giá trị, chẳng hạn như một ___ ô tô, hay một ___ máy khâu, họ cũng thường gắn vào chúng một chuỗi hạt màu xanh.

Thứ ___ là người dân Si-ri có ___ lệ hắt nước. Người ta thường hắt nước qua cửa sổ ___ một chuyến đi xa. Họ tin rằng làm như vậy, chuyến đi của họ sẽ may ___ và có kết quả ___ đẹp. Tục lệ ___ cũng được tiến hành khi những đám ma diễu hành qua phố. Họ ___ rằng, nước sẽ làm cho những con ma không tìm ___ đường về nhà. Ở một số nơi, người ta còn hắt nước vào ___ trong dịp rằm tháng Bảy vì họ tin, nước có khả năng sinh ___ nảy nở, sẽ mang lại ___ thịnh vượng cho mọi người.

(Phỏng theo bài viết của sinh viên Si-ri)

Bản ghi nhớ

Bài 03

CHỢ QUÊ - CHỢ VÙNG CAO VIỆT NAM

Vietnamese Conversation 4

Hội thoại (회화)

Anh Thành: Chị đã có dịp nào đi thăm chợ quê hay chợ vùng cao ở Việt Nam chưa ?

Chị Kim: Chợ quê thì chưa. Nhưng chợ vùng cao thì tôi đã có dịp xem ở Sa-Pa vào mùa hè năm ngoái.

Anh Thành: Chị thấy không khí chợ vùng cao ở Việt Nam thế nào ? Có gì đặc sắc không ?

Chị Kim: Một số bạn rủ tôi đi xem "chợ tình" ở Sa Pa. Lúc đầu, tôi cứ nghĩ, chợ tình là nơi mua bán "tình" nên cũng hơi tò mò.

Nhưng bây giờ tôi hiểu ra, chợ tình là nơi hẹn hò, nơi giao lưu tình cảm của các thanh niên nam nữ vùng cao ··· Họ đến chợ là để hát, múa, vui chơi, để gặp nhau và kết bạn …

Anh Thành: Không chỉ chị đâu mà nhiều người Việt cũng hiểu lầm … Bởi vì, tại các vùng cao, trai gái đến tuổi trưởng thành rất ít có cơ hội gặp nhau, giao lưu tình cảm với nhau nên ở các phiên chợ vùng cao, ngoài việc mua bán, trao đổi hàng hóa, còn là một dịp cho trai gái thanh niên tìm bạn đời …

Chị Kim: Thế còn chợ quê, có giống như chợ vùng cao không, anh ?

Anh Thành: Chợ quê thì hơi khác. Mục đích chính là trao đổi và mua bán những đồ dùng thiết yếu hàng ngày, trừ những phiên chợ quê vào dịp Tết …

Chị Kim: Chợ quê vào dịp Tết thế nào, anh ?

Anh Thành: Chợ quê ngày Tết khác hẳn với chợ quê ngày thường. Người ta đi chợ đông hơn, không khí ồn ào và náo nhiệt hơn, hàng hóa cũng đa dạng hơn … Mọi người đến chợ không chỉ mua bán, chuẩn bị những thứ cần thiết đón năm mới mà còn là dịp để gặp gỡ, mời chào nhau, thăm hỏi nhau sau một năm lao động mệt nhọc …

Bài đọc (독해)

Chợ quê

Ở nông thôn Việt Nam, thường mỗi xã hoặc một vài làng **liền kề** nhau có một cái chợ. Chợ là nơi trao đổi hàng hóa của **cư dân** địa phương. Chợ đặt ở làng nào, xã nào thường lấy tên của làng, xã ấy mà gọi.

Quang cảnh chợ quê rất đơn giản: vài cái **lều** lợp tranh, **lợp** lá trên mấy cái **cọc xiêu vẹo**. Có khi chẳng có lều, quán mà chỉ là một **bãi đất** trống. Người bán **bày** sản phẩm thành **lối**, thành **dãy** ở giữa là **lối đi**. Hàng hóa bán ở chợ rất đa dạng, chủ yếu là những sản vật địa phương, do vậy mà thay đổi theo mùa, **vụ**.

Chợ quê cũng có sự **phân cấp** một cách tự nhiên thành chợ làng, chợ xã, chợ huyện, chợ tỉnh, ⋯ Người ta gọi chợ theo cấp **hành chính** và **quy mô** chợ cũng từ đó mà to dần lên. Ngày nay chỉ còn **dấu vết** chợ quê ở làng, xã; còn chợ huyện và tỉnh hầu như đã trở thành những trung tâm buôn bán lớn trong vùng. Mặt khác, do nhu cầu **trao đổi**, mua bán hàng ngày nên ngày nào cũng họp chợ. Vì vậy, mà chợ quê dần dần mất đi tính truyền thống ngày trước.

Chợ quê có hai loại: chợ phiên và chợ hôm. Chợ phiên **họp** vào những ngày theo một **chu kỳ** nhất định. Ví dụ, khi nói chợ phiên họp vào ngày ba ngày tám, thì có nghĩa là chợ phiên sẽ họp vào những ngày: mồng 3, mồng 8, 13, 18, 23, 28 hàng tháng theo âm lịch. Ngoài những sản phẩm địa phương, ở chợ phiên, mặt hàng thường **đa dạng** hơn bởi sự góp mặt của nhiều sản phẩm công nghiệp đắt tiền. Còn chợ hôm thì ngày nào cũng họp. Người mua, người bán thưa thớt, chỉ trao đổi những hàng hóa **thiết yếu** hàng ngày, hàng tươi sống như: rau, hoa quả, tôm, cá, các loại thịt, trứng, v.v... Chợ hôm thường họp vào buổi sáng hoặc chiều. Nếu chợ họp vào buổi chiều người ta hay gọi là chợ chiều.

Chợ vùng cao

Vùng cao là vùng có nhiều đồi, núi cao. Đây thường là nơi sinh sống của các dân tộc thiểu số (ít người). Chợ ở vùng cao thường họp theo phiên. Người đi chợ mặc những bộ **trang phục** đẹp, vui vẻ **trèo đèo**, leo dốc, **lội suối** đi cả ngày đường, có khi vài ba ngày. Họ thường đến chợ bằng ngựa hay bằng chính đôi chân của mình.

Chợ ở vùng cao, ngoài sản vật địa phương còn có nhiều loại hàng hóa khác, như **dầu**, **muối**, cá khô, vải, giấy, ⋯v.v từ dưới **xuôi** mang lên hoặc từ các địa phương khác mang đến. Chính vì vậy mà các phiên chợ vùng cao từ lâu đã trở thành nhu cầu **giao lưu** kinh tế của vùng.

Chợ họp thường chỉ một ngày, nhưng có nhiều người đến chợ từ chiều hôm trước để gặp bạn, múa hát, **thổi khèn**, thổi **sáo**, vui chơi cùng bạn bè. Họ hát múa từ chiều tới khuya, có khi suốt cả đêm. Vui nhất là thanh niên nam nữ. Họ đến chợ là đến nơi **hò hẹn** tìm hiểu, kết bạn, tìm người bạn đời, ··· Chính vì vậy, chợ vùng cao không chỉ là nơi mua bán, trao đổi hàng hóa mà còn là nơi giao lưu, sinh hoạt văn hóa của **cộng đồng**.

Từ vựng (어휘)

đặc sắc(特色)	특색	náo nhiệt(鬧熱)	시끄럽고 번잡스런
mệt nhọc	피곤한	liền kề	이웃한, 인접한
cư dân(居民)	거민, 주민	thăm hỏi	안부를 묻다
quang cảnh(光景)	광경	lều	풀, 집 등으로 지어진 시장의 상가
tò mò	호기심이 나는, 관심이 있는	lợp (nhà, tranh, lá …)	지붕을 얹다
cọc	대나무나 목재로 된 말뚝	xiêu vẹo	비스듬한, 기울어진
bãi đất	땅	bày (hàng hóa)	(상품을) 진열하다
lối, dãy, hàng	길, 열, 행렬, 줄	vụ (mùa)	시기, 계절
hành chính(行政)	행정	dấu vết	흔적
trao đổi	교환하다	lối đi	길, 통로
phân cấp(分給)	분배하다, 할당하다	quy mô(規模)	규모
họp	모이다	chu kỳ(週期)	주기
đa dạng(多樣)	다양한	thiết yếu(切要)	필수의, 절대필요한
trang phục(裝服)	복장	trèo (đèo)	타다, 오르다
leo (dốc)	(고개를) 오르다	lội (suối)	(물을) 건너다
dầu	기름	muối	소금
xuôi (miền xuôi)	(평야 등의) 저지대	giao lưu(交流)	교류하다
thổi (khèn, sáo)	(피리를) 불다	hò hẹn	남녀가 약속하다=hẹn hò
cộng đồng(共同)	공동		

Chú giải ngữ pháp (문법해설)

1

형용사 + gì mà + 형용사:
"đẹp gì mà đẹp"
"xinh gì mà xinh"

là kết cấu tình thái, tương tự với kết cấu **"không + 형용사"**: **"đẹp gì mà đẹp"** nghĩa là **"không đẹp"**, hay chính xác là "không lấy gì làm đẹp, không có gì gọi là đẹp cả".

이는 **"không + 형용사"** 형태와 의미가 비슷하다. 따라서 **"đẹp gì mà đẹp"**의 경우는 "아름답지 않다"는 의미이다.

Ví dụ
- Anh ta khen chị ấy đẹp nhưng tôi thấy chị ấy thì **đẹp gì mà đẹp**
  = Anh ấy thấy chị ấy đẹp còn tôi thấy chị ấy không đẹp.
- Chị bảo quyển sách này hay, nhưng đọc xong tôi thấy **hay gì mà hay**
  = Chị ấy cho rằng quyển sách này hay nhưng tôi thấy nó không hay.

2

một người nào đó = ai đó
một cái gì đó = gì đó
một nơi nào đó = đâu đó

Các đại từ nghi vấn, như: **"người nào, ai"**, **"cái gì, gì"**, **"nơi nào, chỗ nào, đâu"** thường được kết hợp với **"đó"** để biểu thị ý nghĩa "phiếm định". Trong nhiều trường hợp **"đó"** được thay bằng **"đấy"**

의문대명사 **"người nào, ai"**, **"cái gì, gì"**, **"nơi nào, chỗ nào, đâu"**는 불명확한 의미를 표현하기 위하여 보통 **"đó"**와 결합한다. **"đó"**는 **"đấy"**로도 대체된다.

Ví dụ

- Ông ấy là người của công việc. Trong một ngày mà không làm được **một cái gì đó** là ông ấy cảm thấy rất khó chịu.
- Anh vừa ra khỏi nhà thì có **ai đó** gọi điện cho anh.
- Vào cuối tuần, người ta thường muốn tới **một nơi nào đó** để nghỉ ngơi.
- Sau một thời gian làm việc căng thẳng, ông ta cần đến **một chỗ nào đấy** để du lịch.

3 một vài, vài ba, dăm ba, dăm bảy, mươi …

là nhóm từ chỉ số lượng không chính xác: **"một vài"** nghĩa là "một" hoặc "hai"; **"vài ba"** nghĩa là "hai" hoặc "ba"; **"dăm ba"** có số lượng từ "ba" đến "năm"; còn **"dăm bảy"** có số lượng từ "năm" đến "bảy"; "mươi" với số lượng trên dưới 10. Các từ chỉ số lượng không chính xác này thường đi trước các danh từ.

이들은 정확하지 않은 수량을 나타내는 단어들이다. **"một vài"**는 1개 혹은 2개, **"vài ba"**는 2개 혹은 3개, **"dăm ba"**는 3개에서 5개, **"dăm bảy"**는 5개에서 7개의 의미이다. 10개 이상 혹은 이하의 수량은 "mươi"를 쓴다. 이들은 명사 앞에 온다.

Ví dụ

- Quang cảnh chợ quê thật đơn giản, chỉ **vài** cái lều lợp tranh …
- Người đi chợ mặc những bộ trang phục đẹp, vui vẻ trèo đèo, leo dốc, lội suối đi cả ngày đường, có khi **vài ba** ngày.
- Trong túi tôi chỉ **dăm bảy** nghìn tiền mặt.
- Lần nào đến Việt Nam, chị ấy cũng gặp **dăm ba** người bạn.

Luyện tập (어음 연습)

A 1. Tìm các từ đồng nghĩa và trái nghĩa với các từ dưới đây -

1) Tìm các từ đồng nghĩa với:

thiết yếu →

trang phục →

hò hẹn →

kết bạn →

sản phẩm →

mặt hàng →

2) Tìm các từ trái nghĩa với:

thưa thớt →

tươi sống →

đắt tiền →

miền xuôi →

đa dạng →

địa phương →

2. Đọc - hiểu ý nghĩa chính. Sau đó tìm và khoanh tròn trường hợp đúng -

- Chợ quê thường là nơi trao đổi, mua bán hàng hóa của cư dân địa phương.

a. Chợ quê chủ yếu là nơi giao lưu văn hóa.

b. Chợ quê không phải là nơi trao đổi, mua bán hàng hóa.

c. Chợ quê chủ yếu là nơi trao đổi và mua bán hàng hóa.

- Chợ quê thường rất đơn giản, chủ yếu người ta mua bán, trao đổi những sản vật địa phương.

a. Ở chợ quê, người ta chủ yếu mua bán, trao đổi những sản vật của địa phương.

b. Quy mô của chợ quê rất hiện đại.

c. Ở chợ quê, không bao giờ người ta mua bán, trao đổi những sản vật của địa phương.

- Ngày nay chỉ còn chợ quê ở làng, xã; còn chợ huyện và chợ tỉnh đã trở thành những trung tâm buôn bán lớn trong vùng.

a. Hiện nay, tất cả các loại chợ quê đã trở thành những trung tâm buôn bán lớn của vùng.

b. Ngày nay, chợ quê vẫn chưa có gì thay đổi về quy mô.

c. Ngày nay, chợ quê chỉ còn ở làng, xã; còn chợ huyện và chợ tỉnh đã trở thành những trung tâm mua bán lớn của vùng.

- Quy mô của chợ phiên lớn hơn chợ hôm và hàng hóa cũng đa dạng hơn.

a. Quy mô của chợ hôm lớn hơn chợ phiên và hàng hóa cũng đa dạng hơn.

b. Chợ phiên có quy mô lớn hơn, hàng hóa đa dạng hơn chợ hôm.

c. Cả hai loại chợ này có quy mô bằng nhau.

- Hàng hóa ở chợ vùng cao gồm các sản vật địa phương và nhiều loại hàng hóa khác từ miền xuôi đưa lên.

  a. Ở chợ vùng cao chỉ có các sản vật địa phương.

  b. Tại các phiên chợ vùng cao không có hàng hóa từ miền xuôi đưa lên.

  c. Ở chợ vùng cao, hàng hóa gồm nhiều loại của cả miền xuôi lẫn miền ngược.

- Chợ vùng cao không chỉ là nơi mua bán, trao đổi hàng hóa mà còn là nơi giao lưu, sinh hoạt văn hóa của cộng đồng.

  a. Chợ vùng cao chỉ là nơi trao đổi mua bán hàng hóa.

  b. Chợ vùng cao vừa là nơi mua bán, trao đổi hàng hóa vừa là nơi giao lưu sinh hoạt văn hóa cộng đồng.

  c. Chợ vùng cao chỉ là nơi sinh hoạt văn hóa cộng đồng.

- Chợ quê hơi khác với chợ vùng cao, trừ phiên chợ quê vào ngày Tết.

  a. Chợ quê và chợ vùng cao hoàn toàn giống nhau.

  b. Trừ phiên chợ quê vào ngày Tết, nói chung chợ quê và chợ vùng cao giống nhau.

  c. Trừ phiên chợ quê vào ngày Tết, nói chung chợ quê và chợ vùng cao hơi khác nhau.

3. Trả lời các câu hỏi theo nội dung hội thoại và bài đọc -

- Vì sao người Việt gọi là chợ quê, chợ vùng cao ?
- Người Việt thường dựa vào đâu để đặt tên cho chợ ?
- Quang cảnh ở chợ quê thế nào ? Hàng hóa gồm những loại nào ?
- Sự phân cấp của chợ quê ở Việt Nam thế nào ?
- Chợ quê có mấy loại ? Chợ phiên khác chợ hôm như thế nào ?

- Hàng hóa ở chợ vùng cao gồm những loại nào ?
- Tính đặc thù của chợ vùng cao là gì ?
- Hãy cho biết sự giống và khác nhau giữa chợ quê và chợ vùng cao ở Việt Nam ?

4. Thử giải thích các từ và nhóm từ sau -

chợ quê →

chợ vùng cao →

miền xuôi →

miền ngược →

sản vật địa phương →

sản phẩm thiết yếu →

5. Thảo luận -

1) Bạn hãy đọc những ý chính cho sẵn dưới đây. Sau đó, bạn hãy đánh dấu vào ý không phù hợp với ý chính đã cho -

- *Chợ tình ở Sa Pa là nơi hẹn hò, nơi giao lưu tình cảm của các thanh niên nam nữ vùng cao … Họ đến chợ là để hát, múa, vui chơi, để gặp nhau và kết bạn.*

a. Chợ tình ở Sa Pa là một hình thức sinh hoạt văn hóa, giao lưu tình cảm của thanh niên nam nữ vùng cao.
b. Chợ là nơi mua bán nên chợ tình là nơi mua bán tình.
c. Chợ tình ở Sa Pa là nơi hẹn hò của thanh niên vùng cao. Họ đến chợ với mục đích chính là hát, múa, vui chơi, để gặp nhau và kết bạn.

- Chợ quê ngày Tết khác hẳn với chợ quê ngày thường. Mọi người đến chợ không chỉ mua bán, chuẩn bị những thứ cần thiết đón năm mới mà còn là dịp để gặp gỡ, mời chào nhau, thăm hỏi nhau sau một năm lao động mệt nhọc ...

a. Chợ quê ngày Tết khác hẳn với chợ quê ngày thường vì người ta đến chợ chủ yếu là để đi chơi.

b. Chợ quê ngày Tết khác hẳn với chợ quê ngày thường vì người ta đến chợ vừa để sắm Tết vừa gặp gỡ, mời chào, thăm hỏi nhau.

c. Có hai đặc trưng văn hóa làm cho chợ quê ngày Tết khác với chợ quê ngày thường, một là mua bán trao đổi hàng hóa; hai là nhu cầu giao lưu, gặp gỡ nhau.

- Ngày nay chỉ còn dấu vết chợ quê ở làng, xã; còn chợ huyện và tỉnh hầu như đã trở thành những trung tâm buôn bán lớn trong vùng.

a. Ngày nay, chợ quê ở cấp làng, xã vẫn được duy trì và tồn tại.

b. Còn chợ quê cấp huyện và tỉnh đang có những sự chuyển đổi lớn, trở thành những trung tâm buôn bán của vùng.

c. Ngày nay, chợ quê vẫn tồn tại từ cấp làng, xã đến cấp tỉnh.

- Chợ ở vùng cao, ngoài sản vật địa phương còn có nhiều loại hàng hóa khác, như dầu, muối, cá khô, vải, giấy, v.v... từ dưới xuôi mang lên hoặc từ các địa phương khác mang đến.

a. Chợ vùng cao là nơi trao đổi nhiều loại hàng hóa từ nhiều nơi mang đến.

b. Ở chợ vùng cao chỉ mua bán, trao đổi những sản vật của vùng cao.

c. Ở chợ vùng cao không chỉ có hàng hóa miền ngược mà còn nhiều loại hàng hóa từ miền xuôi nữa.

- *Chợ vùng cao thường chỉ họp trong một ngày, nhưng có nhiều người đến chợ từ chiều hôm trước để gặp bạn bè, múa hát, thổi khèn, thổi sáo, vui chơi.*

a. Mặc dù chợ vùng cao chỉ họp trong một ngày, nhưng vì để gặp bạn bè, múa hát, thổi khèn, thổi sáo, vui chơi nên nhiều người đã đến chợ từ chiều hôm trước.

b. Chợ vùng cao thường diễn ra trong hai, ba ngày có khi cả tuần vì đây là dịp để người ta gặp bạn bè, múa hát, thổi khèn, thổi sáo, vui chơi.

c. Người ta đi chợ vùng cao với mục đích vừa mua bán vừa giao lưu cộng đồng nên họ thường đến chợ từ chiều hôm trước.

2) Bạn sẽ đồng ý hay phản đối với những nhận xét:

- Một số người cho rằng: "*Khi Việt Nam trở thành một nước phát triển, chợ quê, chợ vùng cao sẽ biến mất*". Hãy cho biết ý kiến của bạn: đồng ý hay phản đối ? Vì sao ?

- Một số người khác lại cho rằng: "*Cho dù khi Việt Nam đã trở thành một nước phát triển, thì chợ quê, chợ vùng cao vẫn tồn tại*". Hãy cho biết ý kiến của bạn: đồng ý hay phản đối ? Vì sao ?

- Nhiều người đoán rằng: "*Với sự xuất hiện của hệ thống siêu thị cùng phương thức mua bán trao đổi hàng hóa một cách hiện đại, nhanh chóng, tiện lợi của nó, chắc chắn trong tương lai gần, người dân không muốn và không thấy cần thiết phải đi mua sắm ở chợ quê và chợ vùng cao nữa ...*". Hãy cho biết ý kiến của bạn: đồng ý hay phản đối ? Vì sao ?

B 1. *Dùng kết cấu* "형용사 + gì mà + 형용사" *để phủ định các câu sau:*

- Tôi thấy món ăn này cay quá !

→

- Tôi cho rằng anh ấy là người rất thông minh !

→

- Đi mua sắm tại các siêu thị lớn chắc là đắt lắm nhỉ !

→

- Ôi ! Hoa gì mà đẹp nhỉ ?

→

- Giờ này các anh mới đến thì muộn quá !

→

- Bộ phim này hay quá ! Anh có thấy như vậy không ?

→

2. *Điền các từ* "một vài, vài ba, dăm ba, dăm bảy, mươi" *vào các đoạn văn dưới đây:*

- Năm ngoái anh ấy đã đi Việt Nam ______ lần. (2 hoặc 3 lần)
- Mỗi lần đi hiệu sách, chị ấy thường mua ______ quyển. (trên dưới 10 quyển)
- Đã quá giờ học 10 phút mà trong lớp chỉ có ______ sinh viên. (5 hoặc 7)

- Sống một mình và ngại đi chợ nên mỗi lần đi, ông ta mua ______ cân thịt, ______ chục trứng, ______ loại rau.

- Chị ấy mê đọc sách, nhất là tiểu thuyết, tháng nào chị ấy cũng đọc ______ quyển.

- Ở Việt Nam, bà ta thích sống nhiều nơi, thường mỗi nơi ở ______ ngày.

- Anh, chị biết bao nhiêu món ăn Hàn Quốc ? Chưa nhiều lắm ! Chúng tôi mới biết ______ món thôi.

3. *Hãy điền các nhóm từ* "một người nào đó, ai đó; một cái gì đó, gì đó; một nơi nào đó, đâu đó" *vào các câu dưới đây*:

- Chiều qua, lúc chị vừa ra khỏi nhà, có ______ đã gọi điện cho chị.

- Chương trình thời sự trên ti vi sáng nay có nói về tin ______ quan trọng, tôi nghe không rõ, chị có biết đó là tin gì không ?

- Nếu bây giờ anh rỗi thì tôi muốn rủ anh đi đến ______ uống cà phê.

- Hình như có ______ đang gõ cửa !

- Nếu tôi không nhầm thì hình như tôi đã gặp chị ở ______ rồi thì phải.

- Chiều nay tôi muốn ghé vào cửa hàng để mua ______ tặng bạn tôi nhân dịp sinh nhật lần thứ 22.

- Không biết sáng nay tôi để chìa khóa ở ______ mà bây giờ vẫn chưa nhớ ra.

4. *Sử dụng các hiện tượng ngữ pháp trên điền vào chỗ trống trong những đoạn văn sau đây sao cho hợp nghĩa:*

1) Màu đỏ, màu hồng, màu xanh, màu nâu···, bạn thích nhất màu nào ?

______ người thích màu đỏ và màu hồng, còn ______ người khác lại thích màu xanh và màu nâu. Màu sắc thường gây ra cảm xúc ______ cho con người. Chẳng hạn, ______ màu, như màu đỏ, màu hồng thường gây cho con người những cảm xúc mạnh, còn ______ màu khác, như màu xanh, màu nâu lại làm cho cảm xúc của con người dịu đi.

2) Các chuyên gia nghiên cứu về màu sắc, cho rằng màu sắc quần áo mà chúng ta mặc thường ngày phản ánh ______ về con người bạn. Đó có thể là tính cách hay tâm trạng. Nếu trong một ngày bạn thay đổi ______ bộ quần áo thì điều đó không có gì là lạ còn nếu bạn thay đến ______ bộ thì nó sẽ nói với mọi người là bạn đang ở trong một tình cảnh bất ổn với nhiều tâm trạng khác nhau.

Bài tập viết

1. Đọc bài đọc sau -

Hàn Quốc hạ thấp tuổi thành niên xuống 19

Seoul sẽ sửa đổi luật dân sự nhằm theo kịp thay đổi cần thiết của xã hội, nơi ngày càng nhiều người trẻ tuổi muốn có cuộc sống độc lập từ sớm.

Kim Soo Min, 19 tuổi, cho rằng mình đã trưởng thành song theo luật pháp thì nam sinh viên đại học năm thứ nhất này vẫn là vị thành niên. Ở độ tuổi như Kim, việc mua một gói thuốc lá, đi chơi đêm hay uống rượu với bạn bè quá khuya là việc làm trái pháp luật. Tại Hàn Quốc, 19 tuổi vẫn bị coi là quá trẻ để thể hiện quan điểm chính trị hay đi bỏ phiếu.

Khi mới 19 tuổi, Kim không thể thay mặt cho cha già 72 tuổi để ký kết hợp đồng dù anh là con trai duy nhất cũng như là người thừa kế trực tiếp đối với những hoạt động kinh doanh của gia đình. Kim chỉ có thể đảm nhận mọi việc khi tròn 20 tuổi. Kim Soo Min nói: "Cha tôi đã cao tuổi và tôi cần phải trông nom tài sản cùng nhiều công việc khác của gia đình. Tuy nhiên, tôi không thể làm được vì vẫn đang ở tuổi vị thành niên".

Gần đây, Bộ Tư pháp Hàn Quốc cho biết sẽ nhanh chóng sửa đổi luật dân sự, hạ thấp tuổi thành niên từ 20 xuống còn 19 để phù hợp với sự thay đổi của xã hội. Một quan chức thuộc Bộ Tư pháp Hàn Quốc cho hay: "khi Quốc hội thông qua sửa đổi và khi sửa đổi này có hiệu lực, tuổi thành niên được quy định trong luật dân sự sẽ là 19. Chúng tôi hy vọng có thể đáp ứng được những thay đổi trong xã hội - nơi ngày càng có nhiều người trẻ tuổi muốn có một cuộc sống tự lập từ sớm".

Luật dân sự sửa đổi được thông qua sẽ cho phép thanh niên 19 tuổi được phép giải quyết những vấn đề pháp lý như ký hợp đồng thương mại, kết hôn không cần cha mẹ đồng ý. Ngoài ra, họ sẽ không bị ràng buộc luật bảo vệ vị thành niên, được tự do làm thêm giờ, được đi bầu cử, mua xổ số, dùng thẻ tín dụng, tới các hộp đêm và sòng bạc, mua rượu và thuốc lá tự do.

(Hoài Linh - Theo ST)

2. Tìm và viết ra ý chính của mỗi đoạn văn trong bài đọc dưới đây. Ví dụ, đoạn 1 có thể viết:

→ Seoul sẽ sửa đổi luật dân sự nhằm đáp ứng nhu cầu của xã hội.

Tiếp tục với

Đoạn 2:

Đoạn 3:

Đoạn 4:

Đoạn 5:

3. Sau đó theo thứ tự của từng ý, hãy viết lại nội dung tóm tắt cả bài:

Bản ghi nhớ

Bài 04

LÀNG CỔ VIỆT NAM

Vietnamese Conversation 4

Hội thoại (회화)

Linh: Chị Mai ơi, chị đã lo đặt vé tàu xe về quê ăn Tết chưa?

Mai: Năm nay mình không phải lo lắng, khổ sở, chen chúc mua vé như những năm trước nữa em à. Ở khu công nghiệp của chị, Liên đoàn Lao động đã tổ chức các đoàn xe đưa công nhân về quê ăn Tết, sum họp với gia đình.

Linh: Được miễn phí không chị?

Mai: Chương trình này do hơn 500 doanh nghiệp trong Khu công nghiệp hỗ trợ nên miễn phí tất cả em ạ. Ngoài ra, ai nhiều năm liền chưa có điều kiện về Tết, những công nhân có hoàn cảnh quá khó khăn còn được tặng quà Tết như lạp xưởng, trà, bánh, mứt, ... và một ít tiền lì xì nữa.

Linh: Ôi, tuyệt quá. Vậy là phải nhiều chuyến xe mới đưa hết công nhân về quê hả chị?

Mai: Ừ, nghe nói có đến hơn một trăm chuyến xe, chia làm nhiều đợt, đưa công nhân về theo từng tỉnh, từng địa phương. Người miền Trung đi xe ra miền Trung. Người miền Bắc sẽ được phân theo xe về miền Bắc. Mong là chương trình này sẽ được duy trì lâu dài. Còn em thì sao? Về quê hay ở lại ăn Tết thành phố?

Linh: Em quyết định ở lại dịp Tết, nhận làm thêm để kiếm ít tiền, chị ạ.

Mai: Thế, em không nhớ nhà sao?

Linh: Dạ, em rất nhớ gia đình nhưng tiền tàu xe dịp Tết đắt đỏ quá, không về dịp này có thể giúp em đi về quê đến ba lần trong năm. Hơn nữa, không về quê dịp Tết tiết kiệm được nhiều khoản chi tiêu lắm chị. Nếu về, quà bánh biếu mọi người dịp bình thường chỉ cần đơn giản, trong dịp Tết cũng phải cầu kỳ hơn một chút mà giá cả cũng cao hơn bình thường.

Mai: Em định làm gì trong mấy ngày Tết?

Linh: Dịp tết, công nhân ai cũng về quê nên rất dễ xin việc chị ạ. Đi bán gian hàng Tết hay phụ bán ở các tiệm cà phê, hàng, quán chẳng hạn. Ở đâu cũng thiếu người làm dịp này nên lương thưởng cũng cao gấp ba lần ngày thường. Năm nay, em ở lại trực Tết tại công ty. Sau Tết đi làm sớm chắc sẽ nhận được tiền lì xì của sếp.

Mai: Chị thì làm cả năm dành chi tiêu, nghỉ ngơi dịp Tết cho thoải mái. Gia đình chị có truyền thống đi đâu thì đi, ngày tết mọi người phải có mặt chúc Tết, mừng thọ ông bà, cha mẹ; sum họp với gia đình, anh chị em, ...

Mai: Em thì không về nhưng sẽ gửi tiền mừng tuổi bố mẹ, mừng tuổi các cháu, ...

Bài đọc (독해)

Làng cổ Việt Nam

Làng cổ Việt Nam **in đậm dấu** ấn của nền văn hóa lâu đời với những đặc trưng truyền thống: **tinh thần** cộng đồng và **kiến trúc** xây dựng nhà cửa. Nói đến làng cổ Việt Nam là nói đến sự kết hợp giữa thiên nhiên với **tâm hồn chất phác**, giản dị của người nông dân với một nền nghệ thuật **dân gian** phong phú, đa dạng.

Làng cổ Việt Nam không phải là một đơn vị **dân cư** mang tính hành chính mà là một **kết cấu** có tính chất cộng đồng: cộng đồng về **lãnh thổ**, cộng đồng kinh tế, cộng đồng tâm lý với phong tục, lệ làng riêng, cộng đồng **tín ngưỡng**, …v.v.

Làng cổ Việt Nam nào cũng có **đình làng**. Đình làng thường được đặt ở chỗ đẹp nhất và thuận lợi nhất của làng. Đình làng là nơi **hội họp** chung của cả làng, nơi quyết định những công việc chung, nơi **thờ Thần Hoàng làng** hoặc những người anh hùng **có công** trong lịch sử hay **ông Tổ** một nghề truyền thống nào đó của làng. Đình làng là một kiến trúc cổ mà nhân dân còn giữ lại được cho đến ngày nay. Ở đó có những bức **chạm khắc** cổ, những voi đá, rồng đá mà hiện nay các nhà nghiên cứu nghệ thuật đang cố gắng tìm tòi để phát hiện ra những nét truyền thống cổ truyền.

Mỗi làng có một đình và có một **hội đình** riêng. Trong ngày hội đình, người ta tổ chức những **đám rước** trang nghiêm, những trò vui như **đấu vật, đu, kéo co, chọi gà**, những cuộc thi thả chim, đốt pháo, những đêm biểu diễn văn nghệ "cây nhà lá vườn" với đủ thể loại, như tuồng, chèo, hát quan họ ··· tùy theo truyền thống từng vùng. Những ngày hội đình thường được tổ chức vào đầu năm, vì đó là thời gian nhàn rỗi nhất của người nông dân.

Ở một số làng còn có tục **kết nghĩa** anh em - một nét đẹp trong truyền thống làng xã Việt Nam, nhằm **tăng cường** mối quan hệ tình cảm giúp đỡ nhau trong cuộc sống.

Theo tục cổ, ngày đầu năm, người già nhất và có **uy tín** nhất trong làng sẽ mở cửa đình và **đào nhát cuốc** đầu tiên xuống đất làng để mong cho cả làng làm ăn **phát đạt**. Người ta gọi đó là ngày "**động thổ**" của cả làng. Đó là một phong tục trang nghiêm có tính chất **thờ cúng**, tưởng nhớ Tổ tiên, đã ăn sâu vào **tiềm thức** của mỗi người dân trong làng hàng ngàn năm nay. Đó cũng chính là cái **lệ làng** mà **về khía cạnh nào đó** còn có ý nghĩa và tác dụng mạnh hơn cả pháp luật: "Phép vua thua lệ làng".

Trong làng, các gia đình sống **quây quần** bên nhau dưới **lũy tre** xanh từ đời này sang đời khác. Lũy tre vừa là **địa giới** vừa là **thành lũy** bảo đảm an ninh cho mỗi làng. Những ngôi nhà mái lá vàng tươi hay mái ngói đỏ au quần tụ dưới các lùm tre xanh mà bạn thấy, đó là một làng Việt Nam.

Cùng với sự phát triển của xã hội, làng cổ Việt Nam cũng đang có những sự biến đổi lớn. Đã có nhiều nhà tầng mọc lên, điện đã về hầu khắp các làng xã làm thay đổi **nếp sống** cũ. Nhưng tất cả những sự **xâm nhập** đó của cuộc sống hiện đại vẫn không làm mất đi cái cảm xúc về làng với hình ảnh của sân đình, lũy tre, **giếng nước, cây đa** v.v... Thời trai trẻ, người ta có thể bay nhảy đi đây đi đó nhưng đến lúc về già, nhiều người lại trở về làng **sống nốt** những ngày cuối đời trong sự gần gũi của họ hàng làng xóm, trong **khúc nhạc** yên ả của đồng quê.

Là quê hương đầy kỷ niệm sâu nặng của tuổi thơ và tuổi già, làng là nơi thật yên tĩnh. Đó là **hàng rào** vững chắc để **bảo tồn** truyền thống lâu đời của nền văn hóa Việt Nam.

(Phỏng theo "Làng quê Việt Nam")

Từ vựng (어휘)

chen chúc	밀치다, 끼어들다	liên đoàn lao động(聯團勞動)	노조
công nhân(工人)	노동자	in đậm	농후하게 보존(유지)하다
dấu ấn	흔적, 자국	tinh thần(精神)	정신
kiến trúc(建築)	건축	kết cấu(結構)	구성, 구조
lãnh thổ(領土)	영토	tín ngưỡng(信仰)	신앙
đình làng	마을의 정(亭)	hội họp(會合)	1.회합 2.모이다, 집합하다
thần hoàng làng	마을 성황신	có công	공이 있는
ông Tổ(翁祖)	창시자	chạm khắc	새기다, 조각하다
hội đình(會亭)	정(亭)의 축제	đám rước	행진, 행렬
đấu vật	씨름	đu	그네
kéo co	줄다리기;	chọi gà	닭싸움
uy tín(威信)	위신	đào nhát cuốc	괭이로 땅을 파다
đắt đỏ	비싼, 비용이 많이 드는	chi tiêu	소비하다, 지출하다
lương thưởng	상여금	trực(直)	당직 =常直
sum họp	모이다	động thổ(動 土)	땅에 제사를 지내다
phát đạt(發達)	발달하다	thờ cúng	제사하다
tiềm thức(潛識)	잠재의식	lệ làng	마을 관례
quây quần	옹기종기 모여살다, 주위에 모이다	lũy tre	대나무 장벽
địa giới(地界)	지계, 경계	thành lũy(城壘)	성루, 성벽
nếp sống	삶, 생활	xâm nhập(侵入)	침입하다

giếng nước	우물 물	cây đa	벵골 보리수
khúc nhạc(曲樂)	악곡, 노래가락	hàng rào	울타리
bảo tồn(保存)	보존하다	lì xì	세뱃돈, 과묵한
về (ở) một khía cạnh(ý nghĩa)nào đó	한편에는	khu công nghiệp(區工業)	공업단지

Chú giải ngữ pháp (문법해설)

1

vốn, từng, nguyên + 동사/형용사

vốn (từng, nguyên) + 명제 + 정명제

là nhóm từ biểu thị hành động, trạng thái (động từ), tính chất (tính từ) đã xảy ra trong quá khứ (hay trước đây), hiện tại những trạng thái, tính chất đó của chủ thể không còn tồn tại nữa.

이 형태는 과거에 일어난 행동, 상태, 성질 등을 표현한다. 따라서 주체의 상태나 성질은 현재 더 이상 존재하지 않는다.

Ví dụ

- Ông ấy **nguyên là** thủ tướng chính phủ.
  (Hiện nay, ông ấy không phải là thủ tướng chính phủ.)
- Anh ấy đã **từng đi** bộ đội.
  (Trước đây, anh ấy đã đi bộ đội. Hiện nay thì không còn là bộ đội nữa.)
- Hồi bé, nó **vốn** không khỏe (yếu ớt).
  (Khi nhỏ nó không khỏe như bây giờ.)

"Vốn, đã từng, nguyên + 명제" là một dạng cấu trúc phổ biến của cấu trúc trên. Tuy nhiên, cấu trúc biến thể này có xu hướng biểu thị ý nghĩa "nguyên nhân - kết quả" là chủ yếu. Sau **"vốn, đã từng, nguyên + 명제"** thường có **"nên"**.

"vốn, đã từng, nguyên +명제"는 가장 보편적으로 쓰이는 형태이다. 그러나, 이 변형 구조는 주로 원인과 결과를 표현하는 경향이 있다. **"vốn, đã từng, nguyên + 명제"** 뒤에는 보통 **"nên"**이 온다.

Ví dụ
- Đã **từng** là một người lính nên anh ấy sẽ biết cách vượt qua mọi khó khăn, gian khổ.
- **Vốn** là sinh viên nên việc học hành, thi cử bây giờ không có gì đáng ngại cả.
- Đã **từng** làm mẹ nên bà ấy có nhiều kinh nghiệm trong việc chăm sóc con cái.

2 Là + nhóm danh từ + 정명제

"Là + nhóm danh từ" được quan niệm như một mệnh đề có chức năng đồng vị ngữ, thường đứng đầu câu. Vì có chức năng như một vị ngữ, nên chủ ngữ của câu luôn đứng giữa: sau **"là + nhóm danh từ"** và trước mệnh đề chính.

이 형태는 술어와 동일한 기능을 갖는 명제처럼 여겨진다. 이 형태는 보통은 문두에 온다. 술어와 같은 기능을 갖기 때문에 문장의 주어는 항상 문중에 온다. 즉, **"là + 명사"** 뒤, 정명제 앞에 온다.

Ví dụ
- Chúng tôi đều là những nam thanh niên. Chúng tôi phải hoàn thành nghĩa vụ quân sự.
- **Là những nam thanh niên**, chúng tôi phải hoàn thành nghĩa vụ quân sự.
- **Là con trai cả trong một gia đình**, tôi phải có trách nhiệm với bố mẹ khi họ về già.
- **Là quê hương đầy kỷ niệm sâu nặng của tuổi thơ và tuổi già**, làng là nơi thật yên tĩnh.

Luyện tập (어음 연습)

A 1. Tìm các từ trái nghĩa với các từ dưới đây -

gần gũi →

giản dị →

phát đạt →

yên tĩnh →

nhàn rỗi →

phong phú →

thuận lợi →

đau khổ →

cổ truyền →

2. Hãy chọn từ đồng nghĩa thay thế cho từ gạch chân trong những câu dưới đây:

- Làng cổ Việt Nam **in đậm** dấu ấn của những đặc trưng truyền thống: tinh thần cộng đồng và kiến trúc xây dựng nhà cửa.

a. chạm khắc

b. khắc sâu

c. khắc gỗ

- Làng cổ Việt Nam không phải là một đơn vị **dân cư** mang tính hành chính.
  a. nhân dân
  b. cư dân
  c. người dân

- Đình làng là một kiến trúc cổ mà nhân dân còn **giữ lại** được cho đến ngày nay.
  a. lưu giữ
  b. bảo vệ
  c. bảo đảm

- Ở một số làng còn có tục **kết nghĩa** anh em - một nét đẹp trong truyền thống làng xã Việt Nam.
  a. đoàn kết
  b. thống nhất
  c. kết tình

- Trong làng, các gia đình sống **quây quần** bên nhau dưới lũy tre xanh từ đời này sang đời khác.
  a. xung quanh
  b. gần
  c. đoàn tụ

- Cùng với sự phát triển của xã hội, làng cổ Việt Nam cũng đang có những sự **biến đổi** lớn.
  a. thay đổi

b. thay thế

c. đổi chỗ

3. Đọc - hiểu ý nghĩa chính. Sau đó tìm và khoanh tròn trường hợp đúng -

- Làng cổ Việt Nam là nơi phản ánh những đặc trưng truyền thống của văn hóa Việt Nam, đó là tinh thần cộng đồng và kiến trúc xây dựng nhà cửa.

a. Làng cổ Việt Nam là nơi phản ánh tinh thần cộng đồng và kiến trúc xây dựng nhà cửa - những đặc trưng truyền thống của văn hóa Việt Nam .

b. Làng cổ Việt Nam chỉ là nơi phản ánh tinh thần cộng đồng.

c. Làng cổ Việt Nam còn là nơi phản ánh kiến trúc xây dựng nhà cửa.

- Làng cổ Việt Nam không phải là một đơn vị dân cư mang tính hành chính mà là một kết cấu có tính chất cộng đồng.

a. Làng cổ Việt Nam thường là một đơn vị hành chính.

b. Làng cổ Việt Nam không mang tính cộng đồng.

c. Làng cổ Việt Nam là một kết cấu hành chính mang tính cộng đồng.

- Mỗi làng thường có một đình, gọi là đình làng. Đây là nơi thờ người lập ra làng đầu tiên hoặc những người anh hùng có công trong lịch sử hay ông Tổ một nghề truyền thống nào đó của làng.

a. Mỗi làng thường có nhiều đình lớn thờ nhiều người.

b. Đình làng là nơi thờ người lập làng hay ông tổ nghề truyền thống của làng, hoặc người có công trong lịch sử của làng.

c. Đình làng chỉ là nơi thờ người có công trong lịch sử của làng mà thôi.

- Các làng thường tổ chức hội đình của làng mình vào dịp đầu năm vì đó là thời gian nhàn rỗi nhất của người nông dân.

a. Hội đình của làng thường được tổ chức vào thời gian mà người nông dân nhàn rỗi nhất, thường là đầu năm.
b. Các làng thường tổ chức hội làng vào dịp cuối năm.
c. Người nông dân thường nhàn rỗi vào dịp đầu năm.

- Nói đến sân đình, lũy tre, giếng nước, cây đa thường làm cho mỗi người Việt Nam liên tưởng đến hình ảnh một làng quê ấm cúng, thanh bình.

a. Đối với người Việt Nam, sân đình, lũy tre, giếng nước, cây đa thường gợi nhớ đến hình ảnh làng quê thân thương.
b. Hình ảnh sân đình, lũy tre, giếng nước, cây đa không gợi nhớ đến một hình ảnh nào cả.
c. Hình ảnh sân đình, lũy tre, giếng nước, cây đa không có ý nghĩa gì đối với mỗi người Việt Nam.

- Hiện nay, làng cổ Việt Nam đang có những sự biến đổi lớn, nhiều nhà tầng mọc lên, điện về làng làm thay đổi nhiều nếp sống cũ.

a. Một cuộc sống hiện đại đang dần dần xâm nhập và làm thay đổi những nếp sống cũ của làng cổ Việt Nam hiện nay.
b. Hiện nay, làng cổ Việt Nam vẫn như xưa, không có gì thay đổi lớn.
c. Hiện nay, mặc dầu điện đã về làng nhưng mọi nếp sống cũ vẫn chưa có gì biến đổi lớn.

- Làng là quê hương đầy kỷ niệm sâu nặng của tuổi thơ và tuổi già.

a. Làng chỉ là kỷ niệm sâu nặng của tuổi thơ.

b. Làng vừa là kỷ niệm sâu nặng của tuổi thơ lẫn tuổi già.

c. Làng chỉ là kỷ niệm sâu nặng của tuổi già.

4. Trả lời các câu hỏi theo nội dung bài đọc -

- Làng cổ Việt Nam in đậm những dấu vết văn hóa truyền thống gì ?
- Hãy cho biết các tính chất cộng đồng trong làng cổ Việt Nam ?
- Đình làng là nơi như thế nào ? Và để thờ ai ?
- Trong ngày hội làng, người ta thường tổ chức những trò chơi gì ?
- Để tăng cường mối quan hệ tình cảm, ở mỗi làng thường có tục lệ gì ?
- Hãy cho biết ý nghĩa và tác dụng của những lũy tre xanh trong mỗi làng ở Việt Nam ?
- Đối với người Việt Nam, nói đến cây đa, giếng nước, đình làng là nói đến cái gì ?
- Người Việt quan niệm làng là một nơi như thế nào ?

5. Thử giải thích các từ và nhóm từ sau -

hội làng →

lệ làng →

dân làng →

thần Hoàng làng →

"cây nhà lá vườn" →

địa giới →

nếp sống →

"phép vua thua lệ làng" →

6. Thảo luận -

1) *Hãy nêu những* mặt thuận lợi *và* bất lợi *khi sống ở thành thị và nông thôn:*

- Hệ thống giao thông
- Cuộc sống vật chất
- Việc làm và sự giải trí
- Cơ hội học hành, tương lai
- Sức khỏe và sự ô nhiễm không khí
- Tai nạn giao thông và sự đi lại
- Quan hệ cộng đồng
- Tính cách người thành thị và người ở nông thôn
- Nhịp độ cuộc sống thành thị và nông thôn

. . . . . .

2) *Bạn hãy nêu ý kiến của mình về:*

- Sự ảnh hưởng của quá trình đô thị hóa hiện nay đối với làng quê.
  + Những tác động tốt ______ ?
  + Những tác động không tốt ______ ?
- Sự ảnh hưởng trở lại của nông thôn đối với cuộc sống thành thị quá trình đô thị hóa hiện nay:
  + Những tác động tốt ______ ?
  + Những tác động không tốt ______ ?

3) *Hãy cho biết* sự khác nhau *giữa làng quê* Hàn Quốc *và* Việt Nam.

Bạn hãy sử dụng các nhóm từ sau:

Tôi cho rằng (là),

Tôi nghĩ rằng (là),

Tôi thấy rằng (là),

Ý kiến của tôi về ______ **là,**

Quan điểm của tôi về ______ **là,**

Và những nhóm từ liên kết văn bản, như:

Đầu tiên,

Trước hết,

Thứ nhất là,

Sau đó,

Thứ hai là,

Cuối cùng là,

Tóm lại là,

B *1. Điền các từ "vốn, nguyên, từng" vào chỗ trống trong các câu sau:*

- Hồi mới tốt nghiệp, chị ấy đã ______ làm thư ký cho giám đốc một công ty.
- Chị ấy ______ không thích những người nói nhiều.
- Đất nước Việt Nam ______ trải qua nhiều cuộc chiến tranh trong lịch sử.
- Ông ta ______ là hiệu trưởng một trường đại học nổi tiếng của Việt Nam.
- Chị ấy ______ là bạn gái của tôi cách đây 10 năm.
- Cô ấy ______ chăm chỉ, sạch sẽ, nên phòng cô ta lúc nào cũng ngăn nắp, gọn gàng.
- Thầy giáo của chúng tôi ______ tham gia chiến tranh chống Mỹ.
- Cái đồng hồ này ______ là của anh ấy tặng cho tôi.

2. Ghép các thành phần đồng vị ngữ dưới đây thành câu hoàn chỉnh, hợp lý:

- Ông ấy là một người cha.
- Ông ấy rất thương các con.
- Quảng cáo là một trong những vấn đề thiết yếu để kinh doanh.
- Doanh nghiệp nào cũng tiến hành quảng cáo.
- Bà ấy là một người vợ hiền.
- Bà ấy đã dành cả cuộc đời mình cho gia đình, chồng con.
- Chúng ta đều là những con người.
- Ai cũng có lúc vui, lúc buồn, lúc khỏe, lúc đau.
- Họ là những người bạn của tôi.
- Họ luôn thông cảm và chia sẻ niềm vui, nỗi buồn cùng nhau.
- Anh ấy là đại diện của sinh viên.

- Anh ấy thường quan tâm đến tất cả chúng tôi.

3. *Ghép các thành phần dưới đây thành câu hoàn chỉnh, hợp lý theo mẫu*: "vốn, đã từng, nguyên + mệnh đề"

- Chúng tôi là những thanh niên Hàn Quốc.
- Ai cũng có trách nhiệm hoàn thành nghĩa vụ quân sự.
- Họ là những bác sĩ làm việc ở bệnh viện này.
- Họ chăm lo sức khỏe của các người bệnh.
- Ông ấy là một giáo viên lâu năm trong nghề.
- Ông ấy có nhiều kinh nghiệm giảng dạy.
- Cô ấy là bạn thân của tôi.
- Cô ấy luôn luôn khuyên tôi làm những điều tốt.
- Bạn tôi đã tốt nghiệp đại học ở Việt Nam.
- Bạn tôi nói tiếng Việt rất giỏi.
- Bố tôi là một người rất quí thời gian.
- Bố tôi làm việc suốt ngày.

Bài tập viết

1. Đọc. Tìm và viết ra ý chính của mỗi đoạn văn trong bài đọc dưới đây. Sau đó theo thứ tự của từng ý, hãy trình bày tóm tắt cả bài:

Cuộc sống ở thành phố

Sống ở thành phố vừa có những mặt thuận lợi vừa có những mặt hạn chế.

Trước hết, ở thành phố có đủ các loại việc làm. Bạn có thể tìm được một công việc nào đó một cách dễ dàng phù hợp với điều kiện và hoàn cảnh của bạn. Thành phố cũng là nơi tập trung các trường đại học, nhiều trung tâm bồi dưỡng kiến thức và ngoại ngữ nên bạn có nhiều cơ hội để nâng cao trình độ, mở mang kiến thức và trau dồi ngoại ngữ, v.v...

Sống ở thành phố không cần thiết phải sử dụng ô tô riêng đi lại hàng ngày, vừa bất tiện vừa tốn kém vì bạn có thể chọn một trong nhiều phương tiện giao thông công cộng. Ở thành phố quả là có vô khối thứ thú vị, nhiều danh thắng đáng tham quan. Chẳng hạn, bạn có thể ăn tại một nhà hàng đẹp và ngon, đi tham quan các bảo tàng hay đến rạp chiếu bóng để xem một bộ phim mới hay đến Nhà hát Lớn để nghe một buổi hòa nhạc. Và hơn thế nữa, khi bạn muốn thư giãn hay nghỉ ngơi bạn có thể vào công viên, đón gió mát hoặc ngồi trên ghế đọc sách hay báo. Có thể thấy, toàn bộ cuộc sống ở thành phố là một cuộc sống đầy sinh động, đa dạng và bạn sẽ không bao giờ cảm thấy chán.

Tuy nhiên, cuộc sống ở thành phố cũng có nhiều mặt bất lợi của nó. Trước hết, bạn có thể có việc làm, thậm chí được trả lương cao nhưng bạn sẽ luôn cảm thấy không đủ công việc để làm vì sống ở thành phố thường đắt đỏ. Đặc biệt là thật khó để tìm được một chỗ ở tiện, tốt và rẻ. Hơn nữa, phương tiện giao thông công cộng thỉnh thoảng trong tình trạng chật chội, đông người, bẩn thỉu. Hiện tượng tắc nghẽn giao thông xảy ra như cơm bữa nhất là vào giờ cao điểm. Ở các công viên, vào những ngày cuối tuần lúc nào cũng đầy người. Và có vẻ như tất cả mọi cư dân thành thị đều muốn đến đây để tìm cho riêng mình một khoảng không hay một bãi cỏ xanh nào đó. Cuối cùng là dù không kể sự đông đúc, ồn ào thì cuộc sống thành phố vẫn mang đến cho bạn một cảm giác vô cùng cô đơn.

Tóm lại, tôi cho rằng, cuộc sống thành phố có thể có sức lôi cuốn (hấp dẫn) đặc biệt đối với giới thanh niên, những người thích sự náo nhiệt của thành phố, họ không cần để ý đến sự ồn ào và ô nhiễm. Tuy nhiên, nhiều người khi về già, đặc biệt là đối với những cặp vợ chồng mới sinh con, thì họ lại thích sống ở những nơi yên tĩnh, không khí trong lành ở vùng thôn quê hơn.

2. Trên cơ sở nội dung bài đọc trên, hãy sắp xếp các nội dung dưới đây theo thứ tự trước - sau:

- Hiện tượng tắc nghẽn giao thông xảy ra như cơm bữa nhất là vào giờ cao điểm.
- Giới thanh niên, những người thích sự náo nhiệt của thành phố, họ không cần để ý đến sự ồn ào và ô nhiễm.
- Tuy nhiên, cuộc sống ở thành phố cũng có nhiều mặt bất lợi của nó.
- Cuộc sống thành phố vẫn mang đến cho bạn một cảm giác vô cùng cô đơn.
- Thành phố cũng là nơi tập trung các trường đại học, nhiều trung tâm bồi dưỡng kiến thức và ngoại ngữ.
- Sống ở thành phố vừa có những mặt thuận lợi vừa có những mặt hạn chế.
- Khi bạn muốn thư giãn hay nghỉ ngơi bạn có thể vào công viên, đón gió mát hoặc ngồi trên ghế đọc sách hay báo.
- Ở thành phố, bạn có thể chọn một trong nhiều phương tiện giao thông công cộng.
- Đặc biệt là thật khó để tìm được một chỗ ở tiện, tốt và rẻ.

3. Tập viết một bài với nội dung "Sống ở nông thôn - những tiện lợi và bất tiện của nó"-

Bản ghi nhớ

Bài 05

QUAN HỆ XÃ HỘI

Vietnamese Conversation 4

Hội thoại (회화)

Phóng viên: Học tiếng Việt đã ba năm và sống ở Việt Nam gần một năm, anh Park thấy Việt Nam và Hàn Quốc có những điểm tương đồng, khác biệt gì?

Park: Tôi thấy có khá nhiều điểm tương đồng. Hai nước đều là những quốc gia có lịch sử phát triển lâu đời hàng nghìn năm, cùng chịu ảnh hưởng từ nền văn hóa Trung Quốc nên có những phong tục, tập quán khá giống nhau, đặc biệt là trong những ngày lễ tết. Ngôn ngữ của cả hai nước cũng có nhiều từ gốc Hán nên có sự gần gũi trong cách diễn đạt. Ngoài ra, Việt Nam cũng có thời gian đất nước chiến tranh, bị chia cắt hai miền Nam - Bắc như Hàn Quốc nên có thể nói người dân hai nước có những suy nghĩ, tâm tư về cơ bản khá đồng cảm với nhau.

Phóng viên: Còn sự khác biệt?

Park: Trong những thập niên cuối của thế kỷ XX, Hàn Quốc đã là một thành viên trong nhóm các nước công nghiệp mới (NICs - Newly Industrialized Countries), có nền kinh tế, khoa học công nghệ phát triển mạnh và được mệnh danh là một trong bốn con rồng kinh tế ở Châu Á. Những thành quả này là niềm tự hào của người Hàn Quốc. Tuy nhiên, nó cũng kéo theo những hệ lụy là nhịp sống nhanh, sự cạnh tranh giữa người và người khá gay gắt, mức sống cao nhưng đời sống tinh thần khá căng thẳng, ... Đến Việt Nam, chúng tôi thấy nhịp sống chậm, người dân hiền hòa, thân thiện; nếp sống, cách nghĩ và đời sống tinh thần dường như có sự bình yên, thư thả hơn.

Phóng viên: Thế, điểm tương đồng nào làm anh thấy dễ chịu khi sống ở Việt Nam?

Park: Đó là sự tôn trọng đối với việc học và đối với người lớn tuổi. Tôi thấy, tuy thu nhập chưa cao, nhưng người Việt luôn dành ưu tiên cho chi phí giáo dục. Còn tuổi tác được xem là một dạng tài sản chứ không phải là gánh nặng của xã hội. Người cao tuổi được xem là hiện thân của kinh nghiệm, kiến thức. Họ nhận được sự tôn trọng của xã hội, không phân biệt giàu nghèo, trình độ giáo dục hay vị trí trong xã hội. Sự hiếu thảo của con cái đối với cha mẹ được xã hội, cộng đồng vinh danh, khen ngợi. Điều này theo tôi là rất nhân văn.

Phóng viên: Vâng. Ngay từ khi còn nhỏ, trẻ em Việt Nam đã được dạy các qui tắc tôn trọng người già, kính hiếu với ông bà, cha mẹ cả trong hành vi và ngôn ngữ. Chúng tôi có câu:

"Yêu trẻ, trẻ đến nhà,

Kính già, già để tuổi cho"

Ai mà 'bất hiếu' với cha mẹ, hỗn láo, xấc xược với người cao tuổi sẽ bị các thành viên khác của gia đình và cộng đồng chê cười.

Park: Có lẽ là do ảnh hưởng của Khổng giáo. Ở Hàn Quốc, trật tự xã hội theo thứ bậc cũng rất được tôn trọng và được mọi người tuân thủ nghiêm ngặt.

Phóng viên: Xin anh cho hỏi thêm một câu nữa: có điều gì làm anh chưa hài lòng khi sống ở đây không?

Park: Tôi nói thẳng, nói thật nhé. Điều những người nước ngoài e ngại khi sống ở Việt Nam có lẽ là việc đi lại. Hệ thống giao thông công cộng chưa phát triển lắm, ý thức về việc chấp hành luật giao thông của người dân cũng chưa cao nên chúng tôi thấy hơi bất an khi đi ra ngoài.

Bài đọc (독해)

Quan hệ xã hội truyền thống ở Hàn Quốc

Đã từ lâu, trật tự xã hội, cách **ứng xử** của người Hàn Quốc đều do **Khổng giáo** quy định. Điều này được thể hiện rất rõ trong những ngày Tết. Sau khi cúng bái **tổ tiên**, các thành viên trong gia đình **cúi chào** ông bà, cha mẹ, anh chị, họ hàng, tất cả dựa theo lứa tuổi. Những người trẻ, thậm chí còn tìm đến những người có tuổi trong làng để **tỏ lòng tôn kính** bằng cách cúi chào dù giữa họ không có họ hàng gì. Tại những cuộc họp, những buổi **tụ tập** đông người, những tiệc rượu, trật tự xã hội đều quy định rất rõ: ai phải chào ai trước, ai ngồi chỗ nào, ai được ngồi xuống trước, ai phải rót rượu cho ai …v.v. Đối với bạn thân, những người sinh trước được đối xử như anh, chị. Đối với người hàng xóm, người ta cũng dùng lời tôn kính với những người lớn tuổi hơn ···

Đối với quan hệ giữa những người khác **giới** cũng vậy. Ngay từ nhỏ, trẻ em chơi đùa và lớn lên một cách **tách biệt** theo câu **châm ngôn**: "Trai và gái từ 7 tuổi không được ngồi chung trong một phòng". Đối với anh trai và em gái trong một gia đình thường nằm ngoài quy định trên nhưng lại phải theo **quy tắc** đạo đức **chi phối** trong gia đình.

Việc áp dụng **nghiêm ngặt** quy tắc này đã làm cho nữ giới bị **hạn chế** nhiều trong khi nam giới được nhiều tự do hơn. Cách ứng xử của nữ giới được quy định bởi **tam cương**: theo cha lúc còn con gái, theo chồng lúc đã lấy chồng và theo con trai khi chồng chết. Việc phụ nữ **phục tùng** nam giới không phải do sự yếu kém hay **thiếu sót bẩm sinh** của phái nữ mà là do những quy định nghiêm ngặt của quan hệ xã hội. Vai trò của người phụ nữ là ở "bên trong", tức là trong nhà, **lãnh địa** họ được quyền **kiểm soát**. Còn vai trò của người đàn ông là ở "bên ngoài" và mối quan tâm của họ là đất nước, là cuộc sống bên ngoài gia đình.

Bổn phận của người phụ nữ là chăm sóc con cái, giúp đỡ chồng trong công việc, nấu nướng, may mặc cho gia đình và tạo **bầu không khí** yên ấm trong gia đình để người đàn ông **yên tâm** tập trung vào những vấn đề xã hội.

Mặc dù ngày nay, việc **tuân thủ** nghiêm ngặt các tư tưởng Khổng giáo là hiếm hoi; những quy định về quan hệ xã hội giữa nam và nữ đã có nhiều thay đổi song ở một số lượng nam giới và nữ giới vẫn **có ý thức** về vị trí xã hội của họ. Thực tế đó được thể hiện không những qua cách ứng xử mà qua **lời ăn tiếng nói** nữa. Tình yêu giữa nam và nữ rất ít khi thể hiện một cách **lộ liễu**, thậm chí cả trong quan hệ vợ - chồng. Trong gia đình cũng như trong quan hệ bạn bè, xã hội đều có một hệ thống từ, ngữ với những lời tôn kính đặc biệt được sử dụng để **giao tiếp** và ứng xử với nhau.

(Phỏng theo "Vòng quanh các nước", NXB Văn hóa thông tin, Hà Nội, 2005)

Từ vựng (어휘)

tương đồng(相同)	비슷≠khác biệt(各別)	tự hào(自豪)	자긍심
hệ lụy(係累)	속박, 관념	bình yên(平安)	평안
hiếu thảo	부모를 존경하는마음	diễn đạt(演達)	사상, 감정을 표현하다
mệnh danh(命名)	명명하다	căng thẳng	긴장
thư thả	서두르지 않는, 천천히	vinh danh(榮名)	나이나 공명을 높이다
kính hiếu(敬孝)	존경과 효도	hỗn láo	무례한
che cười	비웃는	ứng xử(應處)	대응하다, 응수하다
khổng giáo(孔教)	유교	cúi chào	절하다
tỏ lòng	마음을 드러내다	tôn kính(尊敬)	존경
tụ tập(聚集)	모이다 , 모으다	giới(界)	계, 세계
tách biệt	나누다, 떨어지다	châm ngôn	훈계, 훈시
quy tắc(規則)	규칙	chi phối(支配)	지배하다
nghiêm ngặt	엄격한, 엄밀한	hạn chế(限制)	제한하다
bất hiếu(不孝)	불효	xấc xược	무례한, 버릇없는
tuân thủ(遵守)	준수하다	chấp hành(執行)	집행하다
tam cương(三綱)	삼강	phục tùng(服從)	복종하다
thiếu sót	부족, 결핍	bẩm sinh(禀生)	타고난
lãnh địa(領土)	영토, 영지	kiểm soát(檢察)	통제하다
bổn phận(本分)	본분	bầu không khí	분위기
yên tâm(安心)	안심하다	có ý thức	의식이 있는
lời ăn tiếng nói	말하는 방식	lộ liễu	드러내놓고, 노골적으로
giao tiếp(交接)	교제하다, 교접하다		

Chú giải ngữ pháp (문법해설)

1

có vẻ, tỏ vẻ, ra vẻ, tỏ ra

Dạo này, thời tiết có vẻ lạnh

là nhóm từ đánh giá đặc trưng, tính chất, của sự vật, hiện tượng, con người qua hình thức bên ngoài. Vì vậy, các thông tin đưa ra chưa được đảm bảo chắc chắn. Hình thức bên ngoài của sự vật, hiện tượng, con người có thể là qua nét mặt, cử chỉ, trạng thái hoặc thái độ. Chúng thường được dùng với tính từ, các động từ khuyết thiếu và một số động từ biểu thị tình cảm, trạng thái, ý muốn ··· của con người.

이들은 외형을 근거로 사물, 현상, 사람 등의 특징과 성질을 평가하는 단어이다. 이 때문에 제시된 정보는 확실성이 보장될 수 없다. 사물, 현상, 사람의 외형은 생김새, 행동거지, 상태, 태도일 수 있다. 이들은 의미가 결핍된 형용사나 동사와 함께 쓰이며, 일부 동사는 사람의 정감, 상태, 소망을 표현한다.

Ví dụ

- Dạo này, bố mẹ tôi **có vẻ** khỏe ra.
- Hôm nay, không biết có gì vui mà chị ấy **có vẻ** rất hạnh phúc.
- Thực ra là anh ta chẳng hiểu gì nhưng lúc nào cũng **tỏ ra** là hiểu.
- Khi gặp nhau, mọi người đều **tỏ vẻ** vui mừng và thân thiết.
- Lúc nào ông ta cũng **ra vẻ** quan trọng.

2

Lẽ ra, đáng ra, đáng lẽ + 명제

Lẽ ra tôi nên đến sớm.

Lẽ ra tôi không nên đến sớm.

Nhóm từ này có hai nghĩa: ở dạng khẳng định biểu thị những ý định, kế hoạch đã định làm nhưng vì một lý do nào đó không thực hiện được, *có ý tiếc nuối*; còn ở dạng phủ định với **"không, chưa, chẳng"** lại biểu thị những điều mà người nói cho rằng không nên làm, không đúng sau khi sự việc đã xảy ra, *có ý ân hận;* thường kết hợp với **"nên, phải, cần"**.

이들은 두 가지 의미가 있다. 첫째, 긍정형으로 그 어떤 이유로 인하여 뜻이나 계획을 실현하지 못하여 아쉬워하는 것. 둘째, 부정형으로 사건이 발생한 후에 그 일이 일어나지 않도록 했어야 하는데 하고 후회하는 것. 후자의 경우 **"không, chưa, chẳng"**을 쓰며, 보통 **"nên, phải, cần"**과 결합한다.

Ví dụ

- **Lẽ ra** tôi không nên nói cho anh ấy biết chuyện chị ấy đã ly hôn.
- **Đáng ra** anh phải cho tôi địa chỉ của chị ấy sớm hơn.
- Đối với họ, **lẽ ra** pháp luật nên tha thứ hơn là trừng phạt.
- **Đáng lẽ**, ông bà không nên mắng chửi nó.

3

명제 + với:

cho em đi với

là kết cấu cầu khiến; ở ý nghĩa thứ nhất mong muốn được cùng làm, cùng thực hiện hành động với chủ thể; ở ý nghĩa thứ hai đề nghị hoặc yêu cầu người khác giúp đỡ.

이는 의뢰하는 형태이다; 첫째는 주체와 행동을 함께 했으면 하는 것이다. 둘째는 타인에게 도움을 제안 혹은 요청하는 것이다

Ví dụ

- Tối nay, anh đi đâu ? (Anh sẽ đi xem phim.)
- Cho em đi **với** anh. (**xin được cùng đi** xem phim với anh.)
- Khi nào chị đi du lịch Việt Nam cho tôi đi **với**.
- (Một người ngã xuống sông, không biết bơi.) Cứu tôi **với** !
- Giúp tôi **với** !

Luyện tập (어음 연습)

A 1. Tìm các từ trái nghĩa với các từ dưới đây -

yên tâm →

tôn kính →

yếu kém →

bên ngoài →

quan tâm →

hiếm hoi →

lộ liễu →

ngồi chung →

2. Hãy chọn từ đồng nghĩa thay thế cho từ gạch chân trong những câu dưới đây:

- Điều này được **thể hiện** rất rõ trong những ngày Tết.

a. phản ánh

b. hiện rõ

c. thể diện

- Đối với bạn thân, những người sinh trước được **đối xử** như anh, chị.

a. xử lý

b. đối đãi

c. đối đầu

- Ngay từ nhỏ, bé trai và bé gái chơi đùa và lớn lên một cách **tách biệt**.

a. đặc biệt

b. tách ra

c. riêng biệt

- Việc áp dụng **nghiêm ngặt** quy tắc này đã làm cho nữ giới bị hạn chế nhiều trong khi nam giới được nhiều tự do hơn.

a. chặt chẽ

b. uy nghiêm

c. nghiêm trang

- Mặc dù ngày nay, việc **tuân thủ** nghiêm ngặt các tư tưởng Khổng giáo là hiếm hoi.

a. thực hành

b. đi theo

c. chấp hành

- Tình yêu giữa nam và nữ rất ít khi thể hiện một cách **lộ liễu**.

a. rõ ràng

b. không kín đáo

c. bộc lộ

3. Đọc - hiểu ý nghĩa chính. Sau đó tìm và khoanh tròn trường hợp đúng -

- Đã từ lâu, trật tự xã hội, cách ứng xử của người Hàn Quốc đều do Khổng giáo quy định.

a. Từ lâu ở Hàn Quốc, Khổng giáo quy định mọi trật tự và ứng xử trong xã hội.

b. Khổng giáo ở Hàn Quốc đã từng đóng vai trò như một quốc giáo.

c. Khổng giáo có nguồn gốc từ Trung Quốc.

- Sau khi cúng bái tổ tiên, các thành viên trong gia đình cúi chào ông bà, cha mẹ, anh chị, họ hàng, tất cả dựa theo lứa tuổi.

a. Trong ngày Tết, tùy theo lứa tuổi, mọi người đều cúi chào ông bà, cha mẹ, anh chị, họ hàng.

b. Trong ngày Tết, mọi người đều cúi chào ông bà, cha mẹ, anh chị, họ hàng nhưng không theo lứa tuổi.

c. Trong ngày Tết, người Hàn Quốc không có phong tục cúi chào nhau theo lứa tuổi.

- "Trai và gái từ 7 tuổi không được ngồi chung trong một phòng".

a. Trai và gái từ 7 tuổi không được sống chung trong một phòng.

b. Trai và gái từ 7 tuổi được phép ngồi chung trong một phòng.

c. Trai và gái từ 7 tuổi được phép sống chung với nhau trong một phòng.

- Vai trò của người phụ nữ là ở "bên trong", tức là trong nhà.

a. Vai trò của người phụ nữ là ở "bên trong", tức là trong bản thân họ.

b. Người phụ nữ chỉ có vai trò trong nhà của họ mà thôi.

c. Mối quan tâm của phụ nữ là đất nước, là cuộc sống bên ngoài gia đình.

- Bổn phận của người phụ nữ là chăm sóc con cái, giúp đỡ chồng mọi công việc trong gia đình.

a. Vai trò của người phụ nữ là ở "bên ngoài", tức cuộc sống bên ngoài gia đình.

b. Vai trò của người phụ nữ là ở "bên trong", tức là mọi công việc bên trong gia đình.

c. Bổn phận của người phụ nữ vừa bên trong vừa bên ngoài gia đình.

- Ngày nay, việc tuân thủ nghiêm ngặt các tư tưởng Khổng giáo đã có nhiều thay đổi song ở một số lượng nam giới và nữ giới vẫn có ý thức về vị trí xã hội của họ.

a. Ngày nay, việc tuân thủ nghiêm ngặt các tư tưởng Khổng giáo vẫn chưa có gì thay đổi nhiều.

b. Hiện nay, có một số nam giới và nữ giới vẫn giữ nguyên ý thức về vị trí xã hội của họ dù tư tưởng Khổng giáo đã có nhiều thay đổi.

c. Hiện nay, không còn ai ở Hàn Quốc tuân thủ nghiêm ngặt các tư tưởng Khổng giáo nữa.

- Trong gia đình cũng như trong quan hệ bạn bè, xã hội đều có một hệ thống từ, ngữ với những lời tôn kính đặc biệt.

a. Trong mọi mối quan hệ ở Hàn Quốc không bao giờ có một hệ thống từ, ngữ với những lời tôn kính đặc biệt.

b. Trong mọi mối quan hệ ở Hàn Quốc đều có một hệ thống từ, ngữ với những lời tôn kính đặc biệt.

c. Trong mọi mối quan hệ ở Hàn Quốc sự tôn kính chỉ được biểu hiện bằng những cử chỉ mà không phải bằng lời.

4. Trả lời các câu hỏi theo nội dung bài đọc -

- Trật tự xã hội, cách ứng xử của người Hàn Quốc từ lâu do ai quy định ?
- Điều này được thể hiện như thế nào trong ngày Tết ?
- Cách ứng xử của nữ giới được qui định theo Khổng giáo là gì ?
- Phụ nữ phải phục tùng nam giới do cái gì quy định ?
- Theo qui định xã hội, vai trò của phụ nữ Hàn Quốc là gì ?
- Vai trò của người đàn ông trong xã hội Hàn Quốc là gì ?
- Bổn phận của người phụ nữ trong gia đình là gì ?

- Ngày nay việc tuân thủ những quy định theo Khổng giáo ở Hàn Quốc như thế nào ?
- Để thể hiện lòng tôn kính, người Hàn thường dùng những hình thức ứng xử nào ?
- Hãy cho biết một vài điều mà theo bạn là vô lý trong quan hệ giữa nam và nữ ở Hàn Quốc ?

5. Thử giải thích các từ và nhóm từ sau -

tam cương →

ứng xử →

châm ngôn →

họ hàng →

hàng xóm →

bẩm sinh →

lãnh địa →

lời ăn tiếng nói →

6. Thảo luận -

1) Bạn hãy cho biết:

Tại những cuộc họp, những buổi tụ tập đông người, những tiệc rượu, trật tự xã hội ở Hàn Quốc quy định như thế nào:

- Ai phải chào ai trước ?

- Ai ngồi chỗ nào ?
- Ai được ngồi xuống trước ?
- Ai phải rót rượu cho ai ?

2) Ngày nay, việc tuân thủ nghiêm ngặt các tư tưởng Khổng giáo đã có nhiều thay đổi. Bạn hãy cho biết những sự thay đổi lớn đối với:

- Vai trò của người đàn ông trong gia đình và xã hội ?
- Vai trò của người phụ nữ trong gia đình và xã hội ?
- Sự đối xử với nữ giới trong công việc, ở cơ quan, ở công ty, …?
- Quan hệ tình cảm giữa nam giới và nữ giới ?

3) Bạn hãy cho biết hệ thống từ, ngữ thể hiện sự tôn kính:

- Trong gia đình: đối với cha mẹ, ông bà, anh, chị, … ?
- Trong họ hàng: đối với chú bác, cô gì, anh chị em họ, …?
- Ngoài xã hội: đối với người lớn tuổi; ít tuổi, thầy cô giáo, …?

4) Bạn hãy cho biết quan điểm của bạn về những sự thay đổi trong quan hệ gia đình, xã hội hiện nay ở Hàn Quốc:

- Tốt → vì sao ?
- Không tốt → vì sao ?

Bạn hãy sử dụng các nhóm từ sau:

Tôi cho rằng (là),

Tôi nghĩ rằng (là),

Tôi thấy rằng (là),

Ý kiến của tôi về **là,**

Quan điểm của tôi về **là,**

Và những nhóm từ liên kết văn bản, như:

Đầu tiên,

Trước hết,

Thứ nhất là,

Sau đó,

Thứ hai là,

Cuối cùng là,

Tóm lại là,

B 1. *Dùng các từ* "có vẻ, tỏ vẻ, ra vẻ, tỏ ra" *điền vào chỗ trống trong các câu* sau sao cho hợp nghĩa:

- Nét mặt chị ấy mấy hôm nay ______ buồn.
- Tôi biết cô ta không thích món ăn này nhưng cô ta luôn ______ rất thích.
- Ông ấy lúc nào cũng ______ là một người quan trọng.
- Giám đốc của anh trông ______ thông minh nhỉ !
- Thực ra anh ấy rất thích cô ta nhưng trước mặt luôn ______ không thích.
- Các sản phẩm điện tử do Hàn Quốc ______ tốt và rẻ.
- Gia cảnh của họ nghèo nhưng lúc nào cũng ______ giàu có.
- Dù đã gần 60 tuổi nhưng bà ta luôn ______ khỏe để còn tiếp tục được làm việc.
- Đợt rét này ______ kéo dài và rất lạnh.
- Nó rất thích bộ quần áo ấy nhưng biết bố mẹ không có tiền nên nó ______ không thích lắm.
- Mới 15, 16 tuổi nhưng những cô cậu này lại ______ như những người lớn.
- Anh ta luôn ______ là một người từng trải, nhiều kinh nghiệm.
- Bố mẹ tôi biết tôi nói dối nhưng họ ______ không biết.

2. *Sử dụng các từ* "lẽ ra, đáng ra, đáng lẽ" *để tạo lập những lời khuyên*:

- Hôm qua tôi đã đến thăm anh ấy mà quên gọi điện thoại trước.
- Họ đi làm thêm nhiều nên kết quả học tập không cao.
- Cô ấy bị cảm lạnh vì đi ra ngoài không mặc áo khoác.
- Anh ấy bị đói vì sáng nay không kịp ăn sáng.
- Vì chủ quan nên chị ấy đã không đỗ đại học.
- Vì sống một mình nên em ấy bị ốm mà không ai biết.
- Chúng tôi đến muộn nên cuộc họp đã giải tán.
- Vì không nhận khuyết điểm nên anh ấy bị mọi người phê bình.

3. *Hoàn thiện các câu sau với* "lẽ ra, đáng ra, đáng lẽ":

- Lẽ ra chúng tôi đã tốt nghiệp rồi nhưng
- Đáng ra tôi không nói với anh điều này nhưng
- Đáng lẽ tuần trước chúng tôi đã sang Việt Nam nhưng
- Lẽ ra trưa qua chúng tôi đã đi ăn cơm với nhau nhưng vì
- Đáng ra năm nay em học năm thứ ba nhưng vì
- Đáng lẽ năm nay em nhận được học bổng nhưng
- Lẽ ra anh ấy đã không nói dối nhưng
- Đáng ra chúng tôi không phê bình chị ấy nhưng

4. *Bạn sẽ nói thế nào trong những ngữ cảnh dưới đây (sử dụng* "với"):

- Khi bạn thích đi chơi cùng anh ấy.
- Khi bạn bị kẹt trong thang máy.
- Bạn muốn được đi ăn trưa cùng họ.
- Khi bạn bị trượt ngã không đứng dậy được.
- Bạn có nguyện vọng được đi di lịch cùng một nhóm bạn.
- Khi nhà bạn bị hỏa hoạn.
- Bạn muốn được tham gia chơi bóng chuyền cùng các bạn khác.
- Bạn bị cướp giữa đường.
- Khi bạn bị khóa trong phòng.
- Khi bạn muốn được ngồi cạnh một ai đó.

Bài tập viết

1. Đọc. Tìm và viết ra ý chính của mỗi đoạn văn trong bài đọc dưới đây. Sau đó viết tóm tắt cả bài rồi tập nói:

1) Trong xã hội truyền thống Hàn Quốc, một gia đình bình thường bao gồm các thành viên thuộc ba, bốn thế hệ sống chung trong một nhà. Trước đây, tỉ lệ tử vong ở trẻ sơ sinh cao và một gia đình lớn thường được xem như có nhiều phúc lộc, nên mọi nhà thường mong có nhiều con, cháu. Tuy nhiên, vào những năm 1960, 1970, do tốc độ công nghiệp hoá và đô thị hoá nhanh chóng ở Hàn Quốc nên đã kéo theo xu hướng hạn chế tỉ lệ sinh. Số con trung bình của mỗi gia đình giảm mạnh, hiện nay mỗi cặp vợ chồng chỉ sinh từ một đến hai con. Các đôi vợ chồng trẻ mới kết hôn bắt đầu có xu hướng sống tách khỏi đại gia đình và bắt đầu sống trong những căn hộ riêng. Ngày nay, ở Hàn Quốc, hầu hết các gia đình đều là những gia đình hạt nhân với trung tâm là hai vợ chồng.

2) Do chịu ảnh hưởng lâu đời của đạo Khổng, người con trai cả đảm nhận trách nhiệm trụ cột trong gia đình, tâm lý trọng nam cũng là tâm lý phổ biến ở Hàn Quốc. Để giải quyết những vấn đề liên quan đến tâm lý trọng nam khinh nữ, chính phủ Hàn Quốc đã sửa đổi hầu hết các văn bản luật liên quan đến gia đình theo cách đảm bảo sự bình đẳng giữa con trai và con gái về quyền thừa kế.

2. Hãy chữa các lỗi sai trong bài viết dưới đây -

Tết *nguyên đán* kéo dài khoảng 4 ngày. Ngày 30 tháng *chạp* là ngày tất niên. Buổi tối giao thừa *tất cả người* đi chơi và đúng 12 giờ họ đốt pháo. Nhưng *mà trước 3 năm* thì đốt pháo bị cấm vì rất nguy hiểm. *Năm này em đã nhìn thấy ở Hà Nội gần hồ Hoàn Kiếm pháo hoa về dịp Tết, nhất là giao thừa, và em có cảm tưởng tốt nhất.*

Ba ngày đầu tiên *đúng* năm mới người Việt Nam đi thăm hỏi nhau và chúc nhau năm mới, *người Việt Nam* hạnh phúc, mạnh khỏe và thịnh vượng. Trong dịp vui này, người ta thường nhớ những người đã mất. Chiều 30 nhà nào cũng có lễ cúng *đón* hương hồn ông bà về vui Tết với con cháu. Đối với người Việt Nam, Tết Nguyên đán không những là ngày lễ quan trọng nhất *nhưng còn là* dịp vui nhất và thiêng liêng nhất trong năm.

(Bài viết của Dana Pecena, quốc tịch Séc. Ngày 15.04.1999)

Bài 06

TRANG PHỤC

Vietnamese Conversation 4

Hội thoại (회화)

Kim: Cô ơi, hai tháng sau em và Tom sẽ cưới. Chúng em sẽ tổ chức lễ cưới ở Phi-líp-pin nhưng vì hai đứa em quen nhau ở Việt Nam nên Tom muốn tặng em một đôi áo dài mặc trong ngày cưới, xem như vật kỷ niệm.

Cô giáo: Thế à? Bất ngờ quá! Cô chúc mừng hai em. Dáng em cao và thanh mảnh, mặc áo dài cưới thì đẹp lắm đó.

Kim: Nhưng em không biết nên đến tiệm may nào, giá cả ra sao, cô giúp em nhé.

Cô giáo: Sẵn sàng. Cô biết một tiệm may chuyên may áo dài cưới, rất nổi tiếng. Ở đó, họ cắt may khéo lắm, mặc vào vừa vặn như in vậy.

Kim: Mẫu mã thì sao hả cô?

Cô giáo: À, hiện nay, áo dài cưới không nhất thiết phải là kiểu áo dài cổ cao truyền thống. Các cô dâu có thể đặt may những kiểu áo dài cách điệu, dáng xòe, đuôi dài được lấy cảm hứng từ áo cưới phương tây. Em có thể đến xem ca-ta-lô và lựa chọn. Nếu em thích thì có thể đặt họ thêu tay những họa tiết trên áo nữa.

Kim: Về màu sắc thì màu nào thích hợp hả cô?

Cô giáo: Áo dài cưới màu đỏ, hồng, trắng, vàng vẫn là sự lựa chọn hàng đầu dành cho các cô dâu em à.

Kim: Giá cả thì sao hả cô? Có đắt lắm không?

Cô giáo: Tiền công may, giá cả thay đổi tùy theo chất liệu vải, cách thiết kế và phụ liệu đính kèm. Nếu ít tiền, có thể chọn lựa chất liệu đơn giản và kiểu dáng áo truyền thống, không đính đá, hạt cườm hay thêu tay để tiết kiệm tối đa chi phí.

Kim: Thời gian may có lâu không cô?

Cô giáo: Tùy kiểu dáng đơn giản hay phức tạp mà thời gian may có thể kéo dài từ 2 tuần đến 2 tháng. Theo cô biết, ở đó họ cũng nhận may gấp trong thời gian ngắn chỉ 4-5 ngày. Tuy nhiên, với những bộ áo dài cách tân, hiện đại, và hiện đang vào cao điểm mùa cưới, em nên đặt may sớm để có thời gian chỉnh sửa.

Kim: Vậy mình nên đi chọn mua vải thì hay hơn phải không cô?

Cô giáo: Ở tiệm may này họ cũng có sẵn vải cho khách lựa chọn, nhưng nếu em không gấp thì cuối tuần mình đi chợ vải đầu mối, ở đó có nhiều hàng đẹp tha hồ mà chọn.

Kim: Vải chất liệu nào may áo dài đẹp, cô?

Cô giáo: Chất liệu ren và voan đang thịnh hành, nhưng cô nghĩ em nên chọn chiffon hoặc lụa trông sang trọng hơn.

Kim: Ôi, em nôn nao quá.

Cô giáo: Cái đặc biệt của tiệm may này là bà chủ tiệm may không chỉ có đôi mắt thẩm mỹ, cắt may khéo, lại cẩn thận, chăm chút từng đường kim mũi chỉ. Bà ấy rất kỹ tính, yêu nghề. Dù là bà ấy tự tay cắt may hay giao cho thợ làm thì thành phẩm nào cũng đều được bà ấy xem xét cẩn thận.

Kim: Nghe mà thích quá. Em luôn tín nhiệm những người làm việc mà yêu nghề nghiệp của mình.

Cô giáo: Còn nữa, bà ấy luôn cố làm cho những chiếc áo cưới mà khách đặt may có điểm nào đó độc đáo, xem như dấu ấn của tiệm: hoặc là thêm thắt những đường viền chỉ mới lạ dọc theo hai tà áo, cổ áo, tay áo; hoặc là có những nét thêu tay đính đá đẹp; hoặc là chất liệu vải cao cấp, không đụng hàng, với những hoa văn tinh tế.

Kim: Vậy, cuối tuần này cô giúp em nha cô. Mình đến tiệm trước xem nếu không có mẫu vải ưng ý thì sẽ đi chợ.

Cô giáo: Ừ, vậy khoảng 10 giờ em đến nhà cô rồi chúng ta cùng đi.

Bài đọc (독해)

Sự tích chiếc áo dài của phụ nữ Việt Nam

Thuở xưa, phụ nữ Việt Nam từ Bắc vào Nam đều mặc váy. Hiện nay, chỉ còn **rải rác** ở một số vùng quê đồng bằng sông Hồng và Bắc Trung Bộ. Chiếc áo dài đã trở thành di sản văn hóa độc đáo, một **biểu tượng** về vẻ đẹp của phụ nữ Việt Nam. Vậy, chiếc áo dài của phụ nữ Việt Nam đã có từ bao giờ ?

Theo một số tài liệu cho thấy chiếc áo dài của phụ nữ Việt Nam ra đời vào khoảng cuối thế kỷ XVIII. Sau khi lên ngôi với **niên hiệu** Võ Vương, lấy Phú Xuân làm đô thành, Nguyễn Phúc Khoát đã tiến hành thay đổi **lễ nhạc** và **trang phục** nhằm xóa bỏ một thói quen cũ, tạo dựng một nề nếp mới cho dân tộc. Để phân biệt với phụ nữ miền Bắc mặc váy, phụ nữ miền Nam phải mặc quần có hai ống giống như đàn ông. **Chủ trương** này của Võ Vương, lúc đó đã gây ra một cuộc "khủng hoảng" về trang phục ở Phú Xuân. Quần chúng phụ nữ không **tán thành** và phản đối quyết liệt. Nhưng, vì ý vua là ý trời nên họ phải theo.

Với con mắt phong kiến, Võ Vương thấy phụ nữ mặc quần hai ống trông "khêu gợi" quá, ông **bèn** giao cho **triều thần** nghiên cứu, tham khảo áo dài của phụ nữ Chăm, áo dài của phụ nữ Thượng Hải, **áo tứ thân**, cùng một số trang phục của các dân tộc khác để tạo ra chiếc áo dài cho phụ nữ Việt Nam. Chính vì vậy, áo dài là sản phẩm **kế thừa** được những cái đẹp, cái ưu việt của trang phục ở cả 3 miền Bắc - Trung - Nam. Dù **khởi phát** từ Huế nhưng áo dài luôn được coi là sản phẩm văn hóa đại diện cho cả 3 miền và từ lâu nó đã trở thành di sản trang phục chung của cả dân tộc.

Cùng với thời gian, áo dài cũng biến đổi đôi chút. Lúc thì hơi rộng, lúc thì **bó chặt** lấy thân hình người phụ nữ; lúc thì **xẻ nách** ngắn, lúc xẻ nách dài; lúc thì cổ cao, lúc cổ thấp, lại có lúc cổ tròn, cổ bẹt; đã có lúc áo dài **chấm gót**, lúc lại lưng lửng đầu gối, v.v... Chiếc áo dài ngày nay có đường nét tương đối bó sát thân người, làm cho thân thể phụ nữ hiện lên được **đường cong** mềm mại, phù hợp với **vóc người** nhỏ nhắn của phụ nữ Việt Nam. Hai **tà áo** dài ngang với nửa ống chân. Thân áo xẻ hơi cao, nhìn khá "khêu gợi". Tay áo rộng vừa phải, hơi **loe**. Chiều dài tay áo che kín ba phần tư (¾) cánh tay **tạo dáng** khỏe, trẻ trung. Các chi tiết thiết kế áo dài đều thể hiện được cái đẹp **trang nhã**, kín đáo nhưng vẫn mềm mại. Chiếc áo dài, vì vậy **hàm chứa** nhiều đặc trưng về cái đẹp của phụ nữ Việt Nam: vừa kín đáo, dịu dàng vừa **thùy mị**, trẻ trung . . .

Ngày nay, nhiều mốt **thời trang** của nước ngoài đã được du nhập vào Việt Nam nhưng trong **tiềm thức**, bộ áo dài vẫn **duy trì** nguyên vẹn tính truyền thống của nó. Áo dài vẫn được phụ nữ Việt Nam ưa chuộng và tin dùng.

(Phỏng theo "Phong tục văn hóa Việt Nam")

Từ vựng (어휘)

vừa vặn	맞는, 충분한	họa tiết(畫節)	조화롭게 그려진 형상, 무늬
độc đáo(獨到)	독특한, 개성있는	áo cưới	결혼식 드레스
dáng xòe	넓은 형태	nôn nao	조바심이 나는
ưng ý	뜻에 맞는, 만족한	rải rác	흩어진
cách điệu(格調)	격조	biểu tượng(表象)	표상, 상징
niên hiệu(年號)	연호	lễ nhạc(禮樂)	의례와 음악
trang phục(裝服)	복장	nề nếp	규범, 규정, 관습
chủ trương(主張)	주장하다	tán thành(贊成)	찬성하다
bèn	즉시	triều thần(朝臣)	조정대신
áo tứ thân	사신복(4폭으로 된 옷)	kế thừa(繼承)	계승하다
ưu việt(優越)	우월	khởi phát(起發)	발생하다
bó chặt	달라붙는, 타이트한	xẻ nách	겨드랑이 부분을 나누다
chấm gót	굽까지 닿다	đường cong	곡선
vóc người	체격, 체형	tà áo	가장자리, 옷깃 언저리
loe	넓은, 폭이 큰	tạo dáng	모양을 만들다
trang nhã(莊雅)	세련된	hàm chứa	지니다, 내포하다
thùy mị	정숙한, 온유한, 유순한	thời trang(時裝)	패션
tiềm thức(潛識)	잠재의식	duy trì(維持)	유지하다

Chú giải ngữ pháp (문법해설)

1

Hơn ai hết

Hơn bao giờ hết

Hơn (ở) đâu hết

là nhóm từ biểu thị ý nghĩa so sánh bậc nhất. Khác với kết cấu so sánh bậc nhất thông thường, nhóm từ này thường đứng đầu câu hoặc cuối câu. Có thể kết hợp cả hai.

이 형태는 최상급을 표현한다. 일반 최상급 문장과는 달리 이형태는 문두 혹은 문미에 온다.

Ví dụ

- Ông ấy là người hiểu mình **nhất**.
- Ông ấy là người hiểu mình **hơn ai hết**.
- **Hơn ai hết**, ông ấy là người hiểu mình **nhất**.
- **Hơn ở đâu hết**, đây là cửa hàng nhiều hàng hóa **nhất** ở Hà Nội.
- **Hơn ai hết**, tôi là người hiểu chị ấy **nhất**.
- **Hơn bao giờ hết**, vào dịp Hè học sinh có nhiều thời gian rỗi **nhất**.

2

thì ra (là) = hóa ra (là)

Thì ra thế = Hóa ra thế

Thì ra (là) anh đã nói dối tôi.

hóa ra là thế

là những tổ hợp biểu thị những sự kiện vừa được nêu ra trong câu là những điều mà chủ thể mới nhận ra, mới được biết, nghĩa là trước đó chủ thể chưa nhận ra hoặc chưa đủ điều kiện để biết. Trước những tổ hợp này thường người ta sử dụng một số động từ: "**tưởng, nghĩ, đoán** …". Các tổ hợp "**Thì ra thế**, **Hóa ra thế**" trên thực tế là những mệnh đề độc lập. "**Thế**" chính là toàn bộ nội của mệnh đề đã được đề cập trước đó.

이들은 주체가 이전까지 알지 못했던 것을 알게 되었을 때 쓰는 표현이다. 이들 앞에 보통 "**tưởng, nghĩ, đoán** …" 등의 동사를 쓸 수 있다. "**Thì ra thế, Hóa ra thế**"는 독립 명제이다. "**Thế**"는 앞에 언급된 명제의 전체 내용을 의미한다

Ví dụ

- Lúc đầu tôi tưởng chị ấy chưa có chồng, **hóa ra là** chị ấy đã cưới chồng cách đây 5 năm.
- Tôi nghĩ hôm nay anh ấy không đến, **hóa ra** anh ấy đã đến cách đây 15 phút rồi.
- Người ta đã thông báo chính ông ta là người đã gây ra tai nạn. **Hóa ra thế**.
- Hiện nay đã có thuốc điều trị bệnh AIDS. **Thì ra thế**.

Luyện tập (어음 연습)

A 1. Tìm các từ trái nghĩa với các từ dưới đây -

thủa xưa →

rải rác →

tán thành →

"khêu gợi" →

nhỏ nhắn →

mềm mại →

loe →

dịu dàng →

2. Hãy chọn từ đồng nghĩa thay thế cho từ gạch chân trong những câu dưới đây:

- Hiện nay, chiếc váy đó chỉ còn **rải rác** ở một số nơi.

a. rất ít

b. rải ra

c. rải dọc

- Theo một số tài liệu cho thấy chiếc áo dài của phụ nữ Việt Nam **ra đời** vào khoảng cuối thế kỷ XVIII.

a. sinh ra

b. xuất hiện

c. tạo ra

- **Chủ trương** này của Võ Vương, lúc đó đã gây ra một cuộc "khủng hoảng" về trang phục ở Phú Xuân.

a. chủ yếu

b. chính sách

c. sách lược

- Áo dài là sản phẩm kế thừa được những cái đẹp, cái **ưu việt** của trang phục ở cả 3 miền Bắc - Trung - Nam.

a. ưu điểm

b. ưu tiên

c. ưu tú

- Chiếc áo dài ngày nay có đường nét tương đối bó sát thân người phù hợp với **vóc người** nhỏ nhắn của phụ nữ Việt Nam.

a. vóc dáng

b. thân mình

c. hình người

- Chiếc áo dài, vì vậy **hàm chứa** nhiều đặc trưng về cái đẹp của phụ nữ Việt Nam.

a. bao chứa

b. chứa đựng

c. hàm ẩn

3. Đọc - hiểu ý nghĩa chính. Sau đó tìm và khoanh tròn trường hợp đúng -

- Ngày nay, chiếc áo dài đã trở thành di sản văn hóa độc đáo, một biểu tượng về vẻ đẹp của phụ nữ Việt Nam.

a. Chiếc áo dài vừa là di sản văn hóa vừa là biểu tượng về vẻ đẹp của phụ nữ Việt Nam.

b. Chiếc áo dài là di sản văn hóa độc đáo.

c. Chiếc áo dài là biểu tượng về vẻ đẹp của phụ nữ Việt Nam.

- Theo một số tài liệu cho thấy chiếc áo dài của phụ nữ Việt Nam ra đời vào khoảng cuối thế kỷ XVIII thời Võ Vương ở Phú Xuân.

a. Chiếc áo dài của phụ nữ Việt Nam ra đời vào khoảng đầu thế kỷ 18.

b. Chiếc áo dài của phụ nữ Việt Nam ra đời vào khoảng cuối thế kỷ 18.

c. Chiếc áo dài của phụ nữ Việt Nam ra đời vào khoảng giữa thế kỷ 18.

- Chủ trương phụ nữ mặc quần hai ống đã gây ra một cuộc "khủng hoảng" vì phụ nữ thời đó không tán thành và phản đối quyết liệt.

a. Phụ nữ không tán thành và phản đối quyết liệt chủ trương mặc quần hai ống.

b. Phụ nữ tán thành chủ trương mặc quần hai ống.

c. Phụ nữ không phản đối chủ trương mặc quần hai ống.

- Áo dài là sản phẩm kế thừa được những cái đẹp, cái ưu việt của áo dài của phụ nữ Chăm, áo dài của phụ nữ Thượng Hải, cùng một số trang phục khác.

a. Áo dài được sáng tạo trên cơ sở những điểm mạnh của áo dài phụ nữ Chăm, phụ nữ Thượng Hải và một số dân tộc khác.

b. Áo dài của phụ nữ Việt Nam được sáng tạo trên cơ sở áo dài của phụ nữ Thượng Hải.

c. Áo dài của phụ nữ Việt Nam được sáng tạo trên cơ sở áo dài của phụ nữ Chăm và một số dân tộc khác.

- Dù khởi phát từ Huế nhưng áo dài luôn được coi là sản phẩm văn hóa đại diện cho cả 3 miền.

a. Áo dài xuất hiện lần đầu tiên tại Huế và là sản phẩm độc đáo của Huế.

b. Áo dài xuất hiện lần đầu tiên tại Huế nhưng đại diện cho cả ba miền.

c. Áo dài khởi phát từ Huế nên nó không đại diện cho ba miền.

- Chiếc áo dài được thiết kế bó sát thân người nên làm cho thân thể người phụ nữ hiện lên được những đường cong mềm mại.

a. Do đặc điểm thiết kế nên khi mặc áo dài những đường cong mềm mại của người phụ nữ sẽ được hiện ra.

b. Do được thiết kế bó sát thân người nên trông người phụ nữ mặc áo dài hơi "khêu gợi".

c. Chiếc áo dài được thiết kế bó sát thân người nên khi mặc sẽ có cảm giác chật chội.

- Mặc dù nhiều mốt thời trang nước ngoài du nhập vào Việt Nam nhưng trong tiềm thức, bộ áo dài vẫn duy trì nguyên vẹn tính truyền thống của nó.

a. Áo dài vẫn được duy trì nguyên vẹn tính truyền thống của nó.

b. Áo dài sẽ bị biến mất vì thời trang nước ngoài du nhập vào Việt Nam.

c. Hiện nay, áo dài đang bị cạnh tranh với các mốt thời trang của nước ngoài du nhập vào Việt Nam.

4. Trả lời các câu hỏi theo nội dung bài đọc -

- Trước khi có áo dài, trang phục đặc trưng của phụ nữ Việt Nam là gì ?
- Ngày nay, áo dài được quan niệm là biểu tượng về điều gì ?
- Theo tư liệu lịch sử, áo dài ra đời từ bao giờ ?
- Sau khi lên ngôi, Nguyễn Phúc Khoát đã có chủ trương gì ?
- Hãy cho biết thái độ của phụ nữ thời đó đối với chủ trương của Võ Vương ?
- Vì sao Võ Vương quyết định giao cho triều thần tạo ra trang phục mới cho phụ nữ Việt Nam ?
- Áo dài của phụ nữ Việt Nam được tạo ra trên những cơ sở nào ?
- Áo dài của phụ nữ Việt Nam đã trải qua một quá trình biến đổi như thế nào ?
- Hãy cho biết những ưu thế của phụ nữ Việt Nam khi mặc áo dài ?
- Ngày nay, thái độ của phụ nữ Việt Nam đối với chiếc áo dài như thế nào ?
- Bạn đã tận mắt nhìn thấy phụ nữ Việt Nam mặc áo dài chưa ? Ở đâu ?
- Trang phục truyền thống của phụ nữ Hàn Quốc là gì ?

5. Thử giải thích các từ và nhóm từ sau -

vóc dáng →

không tán thành →

phản đối quyết liệt →

con mắt phong kiến →

trông "khêu gợi" →

đẹp kín đáo →

du nhập →

6. Thảo luận -

Bạn hãy cho biết quan điểm của bạn về những ý kiến dưới đây, cho biết lý do:

- Áo dài chỉ là một loại áo để phân biệt với loại áo ngắn ?
- Đồng ý ? Lý do ?
- Phản đối ? Lý do ?
- Một số người nước ngoài cho rằng, nhìn phụ nữ Việt Nam mặc áo dài có vẻ hơi "khêu gợi" ?
- Có một số công việc nếu mặc áo dài sẽ rất bất tiện ?
- Bạn hãy nói thật, phụ nữ Việt Nam mặc áo dài có đẹp không ?
- Theo bạn, những phụ nữ như thế nào nên mặc áo dài và những phụ nữ nào không nên mặc áo dài ?
- Các cô gái Hàn Quốc nếu mặc áo dài có đẹp không ?
- Phụ nữ Hàn Quốc có mặc trang phục truyền thống hàng ngày không ?
- Trang phục truyền thống của phụ nữ Hàn và áo dài của phụ nữ Việt Nam, trang phục nào đẹp hơn ?
- Cảm tưởng của bạn khi tận mắt nhìn thấy phụ nữ Việt Nam mặc áo dài ?

B 1. *Tạo lập câu có sử dụng các nhóm từ* "hơn ai hết, hơn ở đâu hết, hơn bao giờ hết" *với các ngữ cảnh sau*:

Mẫu
- Tôi thích uống cà phê sữa vào buổi sáng nhất.
→ Hơn (cái) gì hết, tôi thích uống cà phê sữa vào buổi sáng nhất.

Tiếp tục với

- Bố mẹ tôi thích đi du lịch trong nước nhất.
- Bố mẹ là người hiểu rõ con cái nhất.
- Các thành phố lớn của Việt Nam là nơi nhiều xe máy nhất.
- Giáo viên là người biết lực học của các sinh viên nhất.
- Trong các kỳ thi tốt nghiệp và đại học, sinh viên cố gắng làm bài tốt nhất.
- Bác sĩ là những người hiểu rõ bệnh tình của bệnh nhân nhất.
- Đây là nơi bẩn thỉu và ô nhiễm nhất.
- Người Hàn Quốc thích món Kimchi nhất.

2. *Xác lập thành phần ý nghĩa trước* "hóa ra, thì ra" *cho các mệnh đề dưới đây*:

- ______ thì ra là anh.
- ______ hóa ra tôi đã bị nhầm.
- ______ thì ra còn 2 năm nữa mới ra trường.
- ______ hóa ra chị nói tiếng Việt rất giỏi.
- ______ thì ra đây là lần đầu chúng ta gặp nhau.
- ______ hóa ra chuông cửa bị hỏng.

- ______ thì ra anh là sinh viên.

- ______ hóa ra là dành cho người tàn tật và phụ nữ có thai.

3. *Hoàn thiện các câu sau:*

- Tôi nghĩ mãi không biết ai đã gửi quà cho mình, ______
- Chúng em cứ tưởng tuần sau sẽ thi học kỳ, ______
- Mình vẫn nghĩ bạn là người Việt Nam, ______
- Mọi người vẫn cho rằng họ yêu nhau, ______
- Tôi cứ tưởng em đã từng học ở Việt Nam, ______
- Chiều nay, tôi cứ đi tìm anh ở thư viện, ______
- Trên xe buýt có một số ghế không có ai ngồi, ______
- Sau khi xong, tôi cứ nghĩ là mình sẽ được điểm cao, ______

Bài tập viết

1. Đọc. Tìm và viết ra ý chính của mỗi đoạn văn trong bài đọc dưới đây. Sau đó viết tóm tắt cả bài rồi tập nói:

1) Y phục truyền thống của người Hàn Quốc, gọi là *hanbok* mặc rất thoải mái và phù hợp với kiểu phòng truyền thống *ondol* (sưởi ấm từ dưới sàn). Ngày nay, vẫn còn nhiều người, nhất là đàn ông mặc loại y phục này ở nhà vào buổi tối sau khi tan sở. Y phục kiểu phương Tây thường được sử dụng khi đi ra ngoài. Tuy nhiên vào những ngày lễ đặc biệt như *Chu-sok* hay ngày Tết, cả gia đình đều mặc những bộ *hanbok* đẹp nhất.

2) Việt Nam có hơn 50 dân tộc. Mỗi dân tộc đều có trang phục riêng, mang đậm bản sắc truyền thống. Nhìn chung, phần lớn trang phục của các dân tộc đều được trang trí hoa văn có màu sắc sặc sỡ, khá tương phản: đen - trắng; đen - đỏ; xanh - đỏ; xanh - trắng, v.v... Chất liệu trang phục đều được dệt từ sợi có nguồn gốc tự nhiên vừa đẹp, bền, thoáng mát, vừa phù hợp với khí hậu nhiệt đới như sợi gai, sợi tơ tằm, sợi bông, ···

Thời phong kiến quy định rất nghiêm ngặt về màu sắc trong trang phục. Người dân chỉ được mặc các màu đen, trắng, nâu. Màu vàng dành cho vua; màu đỏ tía dành cho các quan lớn; màu xanh lục dành cho các quan nhỏ. Thường phục truyền thống của người đàn ông Việt là quần trắng, áo nâu, đầu vấn khăn, chân đi guốc hoặc dép. Đối với người đàn bà là váy đen, yếm trắng, áo tứ thân, đầu chít khăn mỏ quạ, thắt lưng hoa lý.

Ngày nay, trang phục truyền thống của người Việt đã thay đổi. Bộ Âu phục dần dần thay thế cho bộ trang phục truyền thống đối với đàn ông. Chiếc áo dài của phụ nữ ngày càng được cải tiến và hoàn thiện. Không phải lúc nào người phụ nữ Việt Nam cũng mặc áo dài mà chỉ trong những dịp vui, trang trọng. Đối với nhiều dân tộc khác ở Việt Nam, trang phục truyền thống cũng đang dần mất đi nét riêng, nét đặc thù; thay vào đó là trang phục may sẵn, vừa tiện dụng, rẻ lại rất phù hợp với cuộc sống hiện tại cho bản thân và gia đình họ.

2. Trên cơ sở nội dung bài đọc mục [b], hãy sắp xếp các nội dung dưới đây theo thứ tự trước - sau:

- Người dân chỉ được mặc các màu đen, trắng, nâu. Màu vàng dành cho vua; màu đỏ tía dành cho các quan lớn; màu xanh lục dành cho các quan nhỏ.
- Chất liệu trang phục đều được dệt từ sợi có nguồn gốc tự nhiên vừa đẹp, bền, thoáng mát.
- Việt Nam có hơn 50 dân tộc.
- Trang phục truyền thống các dân tộc ở Việt Nam đang dần mất đi nét riêng, nét đặc thù; thay vào đó là trang phục may sẵn, vừa tiện dụng vừa rẻ.
- Ngày nay, trang phục truyền thống của người Việt đã thay đổi.
- Thời phong kiến quy định rất nghiêm ngặt về màu sắc trong trang phục.
- Mỗi dân tộc đều có trang phục riêng, mang đậm bản sắc truyền thống.
- Chiếc áo dài của phụ nữ ngày càng được cải tiến và hoàn thiện.
- Phần lớn trang phục của các dân tộc đều được trang trí hoa văn có màu sắc sặc sỡ, khá tương phản.

3. Đọc những câu rời trong các đoạn văn dưới đây. Sau đó nối các câu rời thành một câu hoàn chỉnh sao cho nó vẫn giữ được ý nghĩa của cả đoạn.

Mẫu

- Bà Kim là một giáo sư tâm lý học. Bà ấy đang dạy tại trường Đại học Quốc gia Seoul. Bà ta đã tham gia nhiều chương trình nghiên cứu quan trọng. Một chương trình là về bệnh béo phì. Một chương trình khác là về sự lão hóa. Một chương trình nữa là về những tác động của môi trường.

→ Bà Kim, *một giáo sư tâm lý học tại trường Đại học Quốc gia Seoul* đã tham gia nhiều chương trình nghiên cứu quan trọng, *chẳng hạn như* các bệnh về béo phì, bệnh lão hóa, và những tác động của môi trường.

Tiếp tục với

- Anh Park vốn là một sinh viên khoa Tiếng Việt, Đại học Ngoại ngữ Hàn Quốc. Anh ấy vừa tốt nghiệp năm ngoái. Sau khi tốt nghiệp, anh ấy đã nộp đơn xin việc vào công ty Sam-Sung. Đơn xin việc của anh ấy đã được chấp nhận. Hiện nay anh ấy là nhân viên của công ty Sam-Sung.

→

- Người Hàn Quốc cũng có y phục truyền thống. Nó có tên gọi là hanbok. Đây là loại y phục mặc rất thoải mái. Ngày nay, vẫn còn nhiều người, nhất là đàn ông mặc loại y phục này ở nhà vào buổi tối sau khi tan sở.

→

- Bà Kim tập trung nghiên cứu các mối quan hệ. Mối quan hệ mà bà ấy quan tâm đến đặc biệt nhất là mối quan hệ giữa trí óc và cơ thể con người. Một mối quan hệ khác bà ấy cũng rất quan tâm, đó là quan hệ giữa sinh vật học với môi trường.

→

Bản ghi nhớ

Bài 07

ẨM THỰC

Vietnamese Conversation 4

Hội thoại (회화)

Ông Giang: Bà Dung đấy à ? Mời bà xơi cơm với gia đình nhà tôi ···

Bà Dung: Xin ông bà và gia đình cứ tự nhiên ! Sao hôm nay ông bà ăn muộn thế ?

Ông Giang: Chẳng giấu gì bà, hôm nay các cháu đi làm đồng có bắt được mấy con ếch nên về muộn ···

Bà Dung: Ếch mùa này là nhất đấy ông bà ạ ! "Ếch tháng Ba, gà tháng Mười" các Cụ đã nói rồi ···

Ông Giang: Vâng, béo lắm. Ếch này mà đem lên Hà Nội bán là đắt hàng lắm đấy ! Chả là trên ấy họ làm cái món đặc sản "đồng quê"···

Bà Dung: Vâng, tôi cũng nghe nói, họ tẩm bột với đùi ếch rồi rán. Người nước ngoài họ mê món này lắm !

Ông Giang: Nhà quê mình chỉ quen nấu ếch với chuối thôi. Chả có thời giờ đâu mà nấu với chả nướng …

Bà Dung: Nói là nói thế thôi, chứ món ếch nhà quê mình lại có hương vị riêng cũng độc đáo và ngon đấy chứ ! Ở Hà Nội, làm sao mà được thưởng thức món đồng quê thế này !

Ông Giang: Bà nói thế cũng phải …

Bài đọc (독해)

Bữa ăn của người Việt Nam

Người Việt Nam, ai đã từng đi xa đều không quên quê nhà, nhớ về những bữa ăn **bình dị** và ấm áp không khí gia đình. Dù ở đâu, sau giờ làm việc, mọi người trong gia đình đều tập trung đông đủ trong bữa ăn. Cả nhà quây quần xung quanh mâm cơm biểu hiện sự quần tụ gia đình trong một cộng đồng **thu nhỏ**. Người Việt Nam thường ăn hai bữa chính: bữa trưa và bữa tối. Bữa ăn có cơm và thức ăn. Thức ăn được nấu theo món. Các món ăn, dù đơn giản hay cầu kỳ đều mang đậm **phong vị** Việt Nam.

Người Việt Nam thích ăn nóng. Dân gian có câu: "không ngon cũng thể sốt". Ăn nóng là một **nguyên lý** vốn có trong nghệ thuật ăn uống Việt Nam. Ăn nóng vừa giữ được **mùi vị** thức ăn, vừa **kích thích tiêu hóa**, đảm bảo cho cơ thể **hấp thụ** tốt, phù hợp với **vệ sinh, dinh dưỡng**. Dù mùa Hè hay mùa Đông, bữa cơm **dọn** ra bao giờ cũng nóng sốt. Ăn nóng là một sự đảm bảo của ăn ngon.

Sự ngon miệng trong ăn uống còn được thể hiện trong việc ăn uống theo mùa. "Mùa nào thức ấy": đặc sản hay thức ăn dùng đúng mùa mới ngon, bổ và rẻ. Bốn mùa xuân, hạ, thu, đông, mùa nào cũng có thức ăn mang **hương vị** từng mùa, **góp phần** làm thay đổi **khẩu vị** và phong phú thêm các món ăn **độc đáo** của dân tộc Việt Nam.

Quan niệm dân gian về ăn uống cho rằng, ăn uống là sự cung cấp năng lượng, nhằm đảm bảo sự **cân bằng** cho cơ thể con người, cân bằng giữa con người với môi trường. Với quan niệm ấy, người Việt Nam luôn kết hợp ăn uống với **dưỡng sinh** trị bệnh. Mặc dù trong bữa ăn, số lượng **đạm** động vật không nhiều nhưng người Việt đã biết chọn và sử dụng nhiều đạm **thực vật**, kết hợp với các loại thức ăn "gia bản" giản dị nhưng hợp khẩu vị và có thành phần dinh dưỡng cao. Ăn đa dạng, tổng hợp là một trong những nét **tinh tế** của nghệ thuật ăn uống. Người Việt rất chú ý đến việc sử dụng **gia vị, nước chấm** để tăng thêm sự ngon miệng trong bữa ăn.

Một trong những **tiêu chuẩn** về sự ngon miệng của ăn uống là không khí bữa ăn. Người Việt Nam có câu: "Ăn một mình đau tức", "Trời đánh tránh miếng ăn". Bữa ăn bao giờ cũng là sự tập hợp đầy đủ các thành viên trong gia đình: ông bà, cha mẹ, con cái. Sau giờ lao động, đây là khoảng thời gian cả gia đình nghỉ ngơi, trò chuyện và **thưởng thức** các món ăn. Hiếm thấy những người đang sống tại gia đình lại vắng mặt trong bữa ăn, nhất là trong các dịp **giỗ**, Tết. Không khí gia đình **hòa thuận**, êm ấm là yếu tố quan trọng đảm bảo bữa ăn vui vẻ, ngon miệng. Người Việt Nam kiêng đánh, **mắng, chửi** nhau trong bữa ăn.

Một bữa ăn trong không khí **đầm ấm** gia đình với một mâm cơm **hài hòa** màu sắc, **đẹp mắt** được bày ra trong một **khung cảnh** thiên nhiên dễ chịu sẽ làm tăng thêm sự ngon miệng, tăng thêm niềm vui cho mọi người trong nhà. Ăn uống **hòa đồng** với thiên nhiên, môi trường cũng là một đặc điểm **độc đáo** trong bữa ăn hàng ngày của người Việt mà bạn sẽ thấy khi tới Việt Nam.

(Phỏng theo "Nghệ thuật ẩm thực Việt Nam")

Từ vựng (어휘)

ẩm thực(飮食)	음식	xơi (cơm)	(밥을) 들다(먹다 등의 높임말)
giấu, giấu diếm	숨기다, 감추다	cứ tự nhiên	자연스럽게, 편하게
(con) ếch	개구리	chả là	~이 아니다
tẩm bột	가루를 묻히다	đùi ếch	개구리 뒷다리
chả có	아무것도 없다	đặc sản "đồng quê"	지역 특산물
Xin anh, chị cứ tự nhiên	편히 드세요, 편하게 하세요	Chả có thời giờ đâu mà làm việc đó	시간이 없는데 어떻게 그 일을 하겠는가
bình dị(平易)	간단한, 평이한	thu nhỏ	~을 작게 만들다
cầu kỳ(求奇)	낯선, 이상한	phong vị(風味)	운치
nguyên lý(原理)	원리	mùi vị	맛
kích thích(激剋)	자극하다	tiêu hóa(消化)	소화하다
hấp thụ(吸收)	흡수하다, 받아들이다	vệ sinh(衛生)	위생
dinh dưỡng(營養)	영양	dọn (cơm)	밥을 차리다
khẩu vị(口味)	구미, 입맛	độc đáo(獨 到)	독특한
cân bằng	균형	dưỡng sinh(養生)	건강을 유지하다
đạm	1.단백질 2. 질소	thực vật(植物)	식물
tinh tế(精細)	정세한, 상세한	gia vị(加味)	조미료, 양념
nước chấm	소스	thưởng thức(賞識)	즐기다, 감상하다
giỗ	기일, 제사일	hòa thuận(和順)	화목한
mắng	혼내다	chửi	모욕하다
đầm ấm	온화한, 따뜻함이 있는	hài hòa(諧和)	조화를 이루다

đẹp mắt	보기에 좋은	**khung cảnh**	배경
hòa đồng(和同)	조화되다	**hương vị(香味)**	향미; 향기와 맛
góp phần	기여하다, 공헌하다		

Chú giải ngữ pháp (문법해설)

1 ít, nhiều, thiếu, đủ, thừa, đầy, vơi, đông, vắng

là nhóm các tính từ được sử dụng như động từ (có danh từ bổ ngữ) để biểu thị một số lượng không chính xác, chung chung, có tính tương đối của người hay sự vật. Có thể xác lập được các cặp đối lập: **"ít / nhiều", "thừa / thiếu / đủ", "đầy / vơi", "đông / vắng"**.

이들은 정확하지 않은 수량을 표현하기 위하여 동사처럼 사용되는 형용사이다. **"ít / nhiều", "thừa / thiếu / đủ", "đầy / vơi", "đông / vắng"**의 형태처럼 반의어도 있다.

Ví dụ
- Trong cuộc sống **đầy** vấn đề tranh luận.
- Mấy tháng nay lúc nào tôi cũng thấy **thiếu** thời gian.
- Đêm khuya, trên đường phố thường **vắng** người đi lại.
- Ông ấy **nhiều** tiền nhưng **ít** bạn.

2

형용사 + 신체부분:

đẹp mắt

nhanh tay

nhanh mắt

Một số tính từ có thể kết hợp với danh từ, chủ yếu là những danh từ chỉ các bộ phận cơ thể (như: mắt, tay, chân, …) hoặc một số danh từ biểu thị tính cách, cá tính con người (như: tính tình, thái độ, …) để trở thành nhóm tính từ, được sử dụng như tính từ. Một số kết hợp như **"nhanh tay, nhanh chân, nhanh mắt**, …" đôi khi được sử dụng như một động từ.

일부 형용사는 눈, 손, 발처럼 신체의 일부를 가리키는 명사 혹은 사람의 성격이나 개성을 나타내는 명사와 결합할 수 있다. 이렇게 결합된 형태는 형용사가 되어 형용사처럼 쓰인다. **"nhanh tay, nhanh chân, nhanh mắt**, …"와 같은 일부 형태는 가끔 동사처럼 사용되기도 한다.

Ví dụ

- Trước đây, ông ấy vốn là một người rất **nóng tính**.
- Phong cảnh ở đây trông thật **đẹp mắt**.
- Chúng ta phải **nhanh chân** lên kẻo trễ (chậm) giờ họp.
- Từ bé nó vốn là đứa trẻ **"mau mồm mau miệng"**.

3

동사 + với chả + 동사:

nấu với chả nướng

ăn với chả uống

kết cấu có ý nghĩa "chê bai", "coi thường". Các động từ trước và sau "với chả" thường là những động từ cùng một trường nghĩa với nhau.

이 형태는 비난 혹은 경멸의 의미를 갖는다. "với chả" 앞 뒤의 동사는 서로 조화가 되는 의미의 동사이다.

Ví dụ

- Chẳng có thời giờ đâu mà **nấu với chả nướng**.
- Tôi đang vội lắm đây, **ăn với chả uống.**

Luyện tập (어음 연습)

A 1. Tìm các từ đồng nghĩa và trái nghĩa với các từ dưới đây -

1) Tìm các từ đồng nghĩa với:

bình dị →

quần tụ →

tập hợp →

hòa thuận →

dọn cơm →

trị bệnh →

đa dạng →

2) Tìm các từ trái nghĩa với:

cầu kỳ →

bình dị →

thực vật →

cân bằng →

đầm ấm →

chửi mắng →

đông đủ →

nóng sốt →

niềm vui →

tăng thêm →

2. Đọc - hiểu ý nghĩa chính. Sau đó tìm và khoanh tròn trường hợp đúng -

- Người Việt Nam, sau giờ làm việc, mọi người trong gia đình đều ______ trong bữa ăn.

a. không cần có mặt

b. tập trung đông đủ

c. ăn uống ở ngoài

- Người Việt Nam thường ăn hai bữa chính: ______.

a. bữa trưa và bữa tối

b. bữa trưa và bữa sáng

c. bữa sáng và bữa tối

- Ăn nóng vừa giữ được ______, vừa kích thích tiêu hóa, đảm bảo cho cơ thể hấp thụ tốt, phù hợp với vệ sinh, dinh dưỡng.

a. làm mất mùi vị thức ăn

b. không tốt cho sức khỏe

c. mùi vị thức ăn

- Mùa nào cũng có thức ăn mang hương vị từng mùa, góp phần làm ______ và phong phú thêm các món ăn độc đáo.

a. thay đổi mùi vị

b. thay đổi khẩu vị

c. thay đổi hương vị

- Người Việt rất chú ý đến việc sử dụng ______ , nước chấm để tăng thêm sự ngon miệng trong bữa ăn.

a. các loại gia vị

b. các món ăn của người Việt không bao giờ sử dụng gia vị

c. gia vị không được chú ý đến

- Một trong những tiêu chuẩn về ______ của ăn uống là không khí bữa ăn.

a. sự ngon miệng

b. sự đẹp đẽ

c. sự vui vẻ

- Một bữa ăn ngon là một bữa ăn ______ cùng với một mâm cơm hài hòa màu sắc, đẹp mắt được bày ra trong một khung cảnh thiên nhiên dễ chịu.

a. chỉ có một mình

b. có một không khí gia đình đầm ấm

c. không cần đông đủ mọi người trong gia đình

3. Trả lời các câu hỏi theo nội dung bài đọc -

- Người Việt Nam khi đi xa thường nhớ về những gì ?
- Người Việt Nam thường ăn mấy bữa chính và trong bữa ăn có những gì ?
- Người Việt Nam thường chú ý đến những gì để tăng thêm sự ngon miệng trong bữa ăn ?
- Bạn hãy cho biết, người Việt Nam quan niệm một bữa ăn ngon gồm những điều kiện và tiêu chuẩn gì ?
- Bạn có đồng ý với những tiêu chuẩn đó không ? Vì sao ?
- Người Hàn Quốc thường ăn mấy bữa trong ngày ? Trong bữa ăn của người Hàn gồm có những gì ?
- Người Hàn có hay sử dụng gia vị không ? Gia vị đặc trưng của món ăn Hàn là gì ?
- Một bữa ăn ngon theo quan niệm của người Hàn Quốc gồm những tiêu chuẩn gì ?

4. Thử giải thích các từ và nhóm từ sau -

ẩm thực →

gia vị →

thưởng thức →

hợp khẩu vị →

hài hòa →

không khí đầm ấm →

đạm động vật →

đạm thực vật →

5. Bạn hãy đọc những ý chính cho sẵn dưới đây. Sau đó, bạn hãy đánh dấu vào ý không phù hợp với ý chính đã cho -

- Ăn nóng là một sự đảm bảo của ăn ngon.
  a. ăn nóng là một tiêu chuẩn quan trọng của ăn ngon.
  b. thức ăn không nóng sốt không phải là một bữa ăn ngon.
  c. thức ăn nguội cũng kích thích ăn ngon.

- Sự ngon miệng trong ăn uống còn được thể hiện trong việc ăn uống theo mùa: mùa nào thức ấy.
  a. thức ăn dùng đúng mùa mới ngon, bổ và rẻ.
  b. mùa nào cũng có thức ăn mang hương vị từng mùa, góp phần làm thay đổi khẩu vị và bổ sung nhiều loại dinh dưỡng khác nhau.
  c. không cần phải thay đổi nhiều loại thức ăn.

- Quan niệm dân gian về ăn uống cho rằng, ăn uống là sự cung cấp năng lượng, nhằm đảm bảo sự cân bằng cho cơ thể con người, cân bằng giữa con người với môi trường.
  a. ăn uống nhằm cung cấp năng lượng cho cơ thể.
  b. một mục đích quan trọng của ăn uống là đảm bảo sự cân bằng giữa con người với môi trường.
  c. ăn uống không hề có một đảm bảo nào cho sự cân bằng của cơ thể con người.

- Không khí gia đình hòa thuận, êm ấm là yếu tố quan trọng đảm bảo bữa ăn vui vẻ, ngon miệng.
  a. một bữa ăn ngon không cần không khí vui vẻ, đầm ấm.
  b. không khí vui vẻ, hòa thuận là một tiêu chuẩn quan trọng của một bữa ăn ngon.
  c. bữa ăn ngon là bữa ăn vừa có món ăn ngon vừa có không khí vui vẻ.

- Ăn uống hòa đồng với thiên nhiên, môi trường cũng là một đặc điểm độc đáo trong bữa ăn hàng ngày của người Việt Nam.

a. hòa đồng với môi trường thiên nhiên là một đặc trưng của ẩm thực Việt Nam.

b. Trong nghệ thuật ẩm thực Việt Nam có một đặc điểm độc đáo đó là sự kết hợp với thiên nhiên, môi trường.

c. Nghệ thuật ẩm thực Việt Nam không hề nói đến đặc trưng hòa đồng với thiên nhiên, môi trường.

6. Thảo luận -

1) Bạn hãy giải thích và cho biết ý kiến của bạn về -

- "Ăn một mình đau tức, làm một mình cực thân"
- "Trời đánh tránh miếng ăn"
- " Ếch tháng Ba, gà tháng Mười"
- "Ăn để sống" hay là "sống để ăn" ?

2) Bạn hãy cho biết quan niệm ẩm thực của người Hàn về :

- Ăn nóng →
- Gia vị →
- Không khí trong bữa ăn →
- Vệ sinh và an toàn thực phẩm →

B *1. Chọn một trong các tính từ chỉ số lượng không chính xác điền vào chỗ trống của các câu dưới đây sao cho hợp nghĩa:*

- Sống trong những căn phòng nhỏ, hẹp và ________ không khí, tôi luôn cảm thấy khó thở.

- Trời mưa to, anh có ________ cái ô nào không cho tôi mượn tạm một cái.

- Các sinh viên luôn mong cô giáo cho ________ bài tập.

- Họ là những sinh viên mới tốt nghiệp nên vẫn còn ________ kinh nghiệm.

- Ông ấy nói là, ông ấy chỉ ________ tiền chứ không bao giờ thiếu thời gian.

- Họ thích đi chơi vào đêm khuya vì lúc đó trên đường phố rất ________ người đi lại.

- Không biết ngoài sân vận động có sự kiện gì mà ________ người thế !

- Bài kiểm tra hôm qua em không làm hết vì ________ thời gian.

- Càng ngày càng có ________ người Hàn Quốc đến du lịch Việt Nam.

2. Thử tạo lập các "tính từ + bộ phận cơ thể hoặc tính cách con người" *với những từ dưới đây:*

Mẫu - tính

→ nóng tính
→ mát tính
→ khó tính
→ dễ tính
→ bản tính
→ xấu tính
→ tốt tính ....

Tiếp tục với

- mắt →
- tay →
- chân →
- mồm (miệng) →
- bụng →
- đầu →

3. *Thiết lập các động từ sau với kết cấu* "động từ + với chả + động từ" -

ăn, mặc →		hát, hò →	
học, hành →		ngủ, ngáy →	
chơi, bời →		họp, hành →	
nấu, nướng →		đi, đứng →	
ăn, nói →		chờ, đợi →	
hẹn, hò →		chào, hỏi →	
thuê, mướn →		mua, bán →	

4. Đọc các ngữ cảnh sau, tạo lập câu với kết cấu trên -

Mẫu

Hàng hóa ế ẩm thế này.
→ Hàng hóa ế ẩm thế này thì **mua với chả bán**.

Tiếp tục với

- Các cậu trông kìa, trang phục của cô ấy lạ quá !

→

- Sao ngày nào cậu cũng bị điểm kém thế ?

→

- Đã quá giờ hẹn 30 phút rồi mà cô ta vẫn chưa đến.

→

- Đợi 2 tiếng rồi mà vẫn chưa được ăn.

→

- Chị đi thế nào mà đâm cả vào tôi thế này.

→

- Quá giờ họp 30 phút rồi mà chưa có ai đến.

→

- Mới ở được 2, 3 ngày mà đã chuyển nhà thế này.

→

Bài tập viết

1. Đọc. Tìm và viết ra ý chính của mỗi đoạn văn trong bài đọc dưới đây. Sau đó viết tóm tắt cả bài rồi tập nói:

Đối với người Hàn, bữa ăn tại nhà là thời điểm tụ tập cả gia đình. **Lương thực** chính của người Hàn Quốc là gạo trộn với một vài loại hạt khác như lúa mạch, kê, hay đậu. **Kim chi** và **canh** là hai món ăn không thể thiếu trong bữa ăn hàng ngày của người Hàn. Nước tương, ớt tươi, tương ớt thường được dùng làm gia vị.

Người Hàn Quốc ăn nhiều và rất thạo ăn về hải sản. Bữa ăn nào cũng có ít nhất 3 loại hải sản: cá *sardine* nhỏ phơi khô, mực khô và rong biển. Cá *sardine* không phải là món ăn chính mà chỉ được sử dụng như một loại gia vị để ăn với những món ăn khác. Mực khô là món ăn nhẹ, còn rong biển được chế biến thành loại sản phẩm có tên gọi là *Kim*. Rong biển rất bổ dưỡng và rất tiện lợi đối với một đất nước phải chịu một mùa đông dài như Hàn Quốc.

Người Hàn Quốc thích loại rượu gạo truyền thống và thường uống trước bữa ăn. Đãi khách bằng loại rượu truyền thống là một phong tục của người Hàn. Ở phương Tây, việc rót thêm rượu thường xuyên vào cốc của khách được coi là một sự quấy rầy thì đối với người Hàn đó là một phong tục thể hiện sự đón tiếp ân cần, hiếu khách. Trong khi uống rượu, những người hợp ý nhau cũng thường chia sẻ với nhau từng cốc rượu. Tuy nhiên, ở những dịp như thế này, thứ bậc trên dưới trong quan hệ xã hội vẫn được duy trì. Những người nhỏ tuổi không được phép uống rượu hay hút thuốc lá trước mặt người lớn tuổi.

2. Trên cơ sở nội dung bài đọc, hãy sắp xếp các nội dung dưới đây theo thứ tự trước - sau:

- Việc rót thêm rượu thường xuyên vào cốc của khách được coi là sự đón tiếp ân cần, hiếu khách.
- Bữa ăn tại nhà là thời điểm tụ tập cả gia đình.
- Những người nhỏ tuổi không được phép uống rượu hay hút thuốc lá trước mặt người lớn tuổi.
- Cá *sardine* không phải là món ăn chính mà chỉ được sử dụng như một loại gia vị để ăn với những món ăn khác.
- Kim chi và canh là hai món ăn không thể thiếu trong bữa ăn hàng ngày của người Hàn.
- Người Hàn Quốc thích loại rượu gạo truyền thống và thường uống trước bữa ăn.
- Nước tương, ớt tươi, tương ớt thường được dùng làm gia vị.
- Đãi khách bằng loại rượu truyền thống là một phong tục của người Hàn.

3. Đọc những câu rời trong các đoạn văn dưới đây. Sau đó nối các câu rời thành một câu hoàn chỉnh sao cho nó vẫn giữ được ý nghĩa của cả đoạn.

- Người Hàn Quốc ăn nhiều hải sản. Bữa ăn nào cũng có ít nhất 3 loại hải sản. Cá *sardine* nhỏ phơi khô là một loại. Mực khô là một loại. Và rong biển là một loại.

→

- Rượu gạo là một loại rượu truyền thống của người Hàn Quốc. Người Hàn Quốc rất thích uống loại rượu gạo truyền thống này. Người Hàn Quốc thường uống loại rượu gạo truyền thống này trước bữa ăn.

→

- Trong lúc uống rượu, thứ bậc trên dưới trong quan hệ xã hội vẫn được duy trì. Những người nhỏ tuổi không được phép uống rượu hay hút thuốc lá trước mặt người lớn tuổi.

→

Bài 08

NGHỆ THUẬT ĐÀM PHÁN

Vietnamese Conversation 4

Hội thoại (회화)

Lee: Ông Lâm à, như ông đã biết, nhiều công ty ở Việt Nam đã chào giá cà phê cho chúng tôi.

Lâm: Công ty chúng tôi cũng đã gửi bảng báo giá cho công ty ông tuần trước mà.

Lee: Chúng tôi đã nhận bảng báo giá. Vì thế, tôi muốn bàn với ông một chút về chuyện này. Hiện, thị trường có giá dao động khoảng 1.650 đến 1.700 đô la một tấn. Giá của công ty ông báo tới 1.720 đô, cao hơn giá ở những nơi khác. Nếu mua vào với giá cao như vậy thì chúng tôi khó bán lắm.

Lâm: Thưa ông, so với thị trường cà phê chung, giá của chúng tôi hơi cao nhưng chất lượng hơn hẳn.

Lee: Chúng tôi không phủ nhận chất lượng hàng của công ty ông. Tuy nhiên, hiện tại giá thị trường đang rất cạnh tranh, đề nghị các ông suy nghĩ lại.

Lâm: Tôi biết thực tế có một số công ty đang giảm giá hoặc bán phá giá để tranh giành khách hàng. Nhưng như ông biết, sản phẩm của chúng tôi vẫn được nhiều khách hàng đặt mua vì chúng tôi bảo đảm nguyên liệu nguyên chất và hương vị loại cà phê này thì tôi bảo đảm, ở Việt Nam không đâu sánh bằng.

Lee: Dù là vậy nhưng tôi cho rằng trong thời buổi kinh tế khó khăn như hiện nay, khách hàng có xu hướng chuộng hàng tốt nhưng giá mềm một chút. Mong ông cân nhắc.

Lâm: Vì triển vọng quan hệ tốt đẹp giữa hai bên công ty chúng ta, chúng tôi có thể giảm giá chút ít. Để nghị ông cho biết áng chừng số lượng cần đặt để chúng tôi có thể điều chỉnh giá tương ứng.

Lee: Ý ông là nếu đặt hàng với số lượng lớn chúng tôi có thể được chiết khấu nhiều hơn?

Lâm: Vâng, nếu các ông đặt với số lượng lớn, chúng tôi sẽ chiết khấu 1,5%.

Lee: Nếu các ông đưa ra giá ưu đãi hơn một chút nữa, chúng tôi có thể đặt 200 tấn ngay.

Lâm: Vì các ông là khách hàng mới, lại đặt hàng với số lượng lớn nên để giao dịch thành công, chúng tôi phá lệ, chấp nhận chiết khấu 2% cho mỗi đơn hàng 100 tấn, không thể thấp hơn nữa.

Lee: Tốt lắm. Xem như chúng ta đã dứt giá như vậy nhé. Giờ, hãy cùng bàn bạc, soạn thảo thêm một số điểm như phương thức thanh toán, phương thức vận chuyển, thời gian giao hàng. Sau khi hai bên thống nhất thì sẽ tiến tới ký kết hợp đồng. Thường các ông mất thời gian bao lâu để giao hàng?

Lâm: Nói chung, khoảng 3 tuần đến 1 tháng sau khi nhận được tín dụng thư.

Lee: Vậy, chúng tôi phải mở tín dụng thư lúc nào thì tốt?

Lâm: Nên mở ngay sau khi ký hợp đồng nếu muốn nhận hàng sớm.

Lee: Các ông có thể giao hàng sớm hơn nữa được không?

Lâm: Việc chuẩn bị hàng thì không thành vấn đề vì chúng tôi đang có sẵn trong kho, nhưng để hoàn tất bộ chứng từ trong đó có giấy chứng nhận xuất xứ hàng hóa, giấy chứng nhận chất lượng, trọng lượng, rồi hóa đơn vận chuyển, hóa đơn thương mại, v.v... thì mất khá nhiều thời gian.

Lee: Thôi được. Chúng tôi sẽ bắt tay làm thủ tục mở tín dụng thư ngay sau khi chúng ta ký kết hợp đồng.

Bài đọc (독해)

Nghệ thuật đàm phán

Trong **đàm phán**, rất dễ gây ra sự **hiểu lầm** cho phía bên kia nếu chúng ta nói năng thiếu **thận trọng**. Sự hiểu lầm có thể do **diễn đạt** của chúng ta chưa được rõ ràng, cũng có thể do phía **đối tác** chưa nghe rõ hoặc trong quá trình đàm phán có một vài **nhân tố**, một số từ ngữ do quan niệm của cả hai bên khác nhau.

Gây nên hiểu lầm, nếu là nhẹ thì làm cho đối tác không vui, không khí nặng nề, khó thông cảm với nhau, còn nặng thì có thể khiến cho cuộc đàm phán tan vỡ, làm cho **viễn cảnh** hợp tác của hai bên bị **ách tắc**, khó mà tiếp tục làm ăn với nhau. Do vậy, cần cố hết sức **tránh** gây ra hiểu lầm. Kinh nghiệm cho thấy, để tránh cho đối tác hiểu lầm những câu nói của mình nên lưu ý:

Không nói những từ ngữ, câu có ý nghĩa **nước đôi**. Thực tế cho thấy, từ ngữ, câu nói nước đôi dễ khiến cho người ta hiểu lầm nhất. Ví dụ, tại một cuộc đàm phán, trong khi một số thành viên **chủ chốt** của cả hai bên còn chưa đến đủ, nếu lúc đó bạn nói ra một câu rằng: "Tại sao mọi người chưa đến đủ ?". Câu nói này rất dễ làm cho những người tham gia đàm phán đến đủ, đang ngồi trước mặt ban **phật ý** và có **ác cảm** với bạn vì họ cho rằng bạn đã coi thường họ. Do vậy, khi diễn đạt một ý nào đó nên nói cụ thể, rõ ràng, chớ nên nói những câu nước đôi, hoặc **hàm ý bóng gió** để tránh dẫn đến sự hiểu lầm của phía đối tác.

Không tùy tiện **giản ước** *câu nói*. Về ngữ pháp, trong một số trường hợp cụ thể, có những câu nói có thể bớt chủ ngữ với điều kiện khi cả hai bên, người nói và người nghe đều hiểu rõ nhau, hoặc đó là cách đã được cả hai bên **ước định**. Nếu không, **lược bớt** câu chữ một cách **tùy tiện**, hoặc **tự ý** lược bớt chủ ngữ …v.v, đều dễ dàng gây nên sự hiểu lầm cho người nghe.

Đã xảy ra một chuyện thế này: có một người khách vào cửa hàng mua mũ, chủ cửa hàng đưa cho ông ta một chiếc mũ. Ông ta thử xong, nói: "To !". Người chủ lại tìm và đưa cho ông ta một chiếc mũ khác nhỏ hơn. Ông ta cầm lấy mũ **ngắm nghía** một lúc rồi lại nói: "To, to !". Người chủ lại lấy cho ông ta một chiếc mũ nhỏ hơn, ông ta vẫn bảo "to". Ông chủ cửa hàng thấy lạ, cho rằng vị khách này **cố ý gây chuyện**, nên **bực dọc** nói: "Đây là cái mũ cỡ nhỏ nhất, và rõ ràng là cái mũ nhỏ rồi, sao ông vẫn cứ bảo là to ? Đến lúc này, ông khách mới ấp úng nói: "Không phải là mũ to mà là … là … đầu to!" …

Chú ý khi dùng từ **đồng âm**. Từ đồng âm là những từ có âm giống nhau nhưng ý nghĩa khác nhau. Thí dụ, khi bàn đến thời gian của vòng đàm phán sau, nếu bạn nói: "Tuần đầu tháng sau chúng ta tiếp tục **bàn bạc**". Người nghe có thể hiểu "tuần" đây là "tuần lễ bảy ngày", nhưng cũng có thể hiểu "tuần" theo thói quen một tháng chia làm 4 "tuần".

Nên ngừng, ngắt câu đúng chỗ, đúng lúc. Trên văn bản cũng như khi nói năng, người ta thường sử dụng các dấu câu, chỗ ngừng, chỗ nghỉ để làm cho câu văn, câu nói có **tiết tấu**, ý nghĩa **rành mạch**, giảm bớt sự hiểu lầm. Chắc nhiều người không quên **giai thoại** về một bản **di chúc** của một ông bố chia **gia tài** cho các con. Trong di chúc, có câu: "Của cải **ruộng nương** chia hết cho con trai con rể, người ngoài không được chia." Nhưng người con trai xấu bụng đã chuyển **dấu phẩy** lên phía trước thành ra: "Của cải ruộng nương chia hết cho con trai, con rể người ngoài không được chia". Tuy đó chỉ là câu chuyện vui, song nó nói lên ý nghĩa **lợi hại**, sâu sắc của **dấu chấm**, dấu phẩy trong câu.

(Phỏng theo "Thời báo kinh tế", năm 2003)

Từ vựng (어휘)

chào giá	가격을 알리다	dao động(搖動)	요동하다
cân nhắc	비교하며 생각하다	cạnh tranh(競爭)	경쟁하다
khách hàng	구매자, 고객	triển vọng(展望)	전망
chiết khấu(折扣)	가격을 깎다	thanh toán(淸算)	청산, 결재하다
giao hàng	납품하다	chất lượng(質量)	품질≠trọng lượng(重量)
đàm phán(談判)	담판	hiểu lầm	오해하다
thận trọng(愼重)	신중한	nhân tố(因素)	요인, 요소
viễn cảnh(遠景)	원경≠cận cảnh(근경)	ách tắc(厄塞)	(길이) 막히다
tránh	피하다	nước đôi	애매한, 어정쩡한
chủ chốt	주요한, 핵심의	phật ý(拂意)	불만스럽다
ác cảm(惡感)	반감, 나쁜 감정	hàm ý(含意)	뜻을 내포하다
bóng gió	뱅뱅돌려서, 암시적인	giản ước(簡約)	요약하다=lược bớt
ước định(約定)	약정하다	báo giá(報價)	가격을 알리다
bảng báo giá(榜報價)	가격표=bảng giá	phủ nhận(否認)	부인하다
giảm giá(減價)	가격을 깎다	tranh giành	끌려고 경쟁하다, 쟁탈하다
điều chỉnh(조정)	조정하다	giao dịch(交易)	교역
vận chuyển(運轉)	운반, 배송하다	xuất xứ(出處)	출항하는 장소, 출처, 기원
ưu đãi(優待)	우대하다	tùy tiện(隨便)	마음대로, 편한대로
tự ý(自意)	자의적으로	cố ý(故意)	고의적으로
ngắm nghía	유심히 바라보다	gây chuyện	말을 만들다, 시비를 걸다
bực dọc	성난, 성을 잘내는	đồng âm(同音)	동음, 같은 음

bàn bạc	토의하다, 논의하다	**văn bản(文本)**	문서
tiết tấu(節奏)	리듬, 운율, 박자, 선율	**rành mạch**	명료한, 분명한
giai thoại(佳話)	전해오는 이야기, 재밌는 이야기	**di chúc(遺囑)**	유서
gia tài(家財)	유산	**dấu phẩy**	쉼표
ruộng nương	논밭	**lợi hại(利害)**	이해, 이익과 손실
dấu chấm	마침표		

Chú giải ngữ pháp (문법해설)

1

명제 + miễn là + 명제:
đi đâu thì đi miễn là về nhà sớm
đi đâu cũng được miễn là về nhà sớm

"Miễn là" - liên từ được dùng để nối hai mệnh đề biểu thị sự đồng ý, sự chấp nhận nhưng có điều kiện kèm theo hoặc sự chấp nhận một cách miễn cưỡng. Mệnh đề "chấp nhận" thường hay với **"cũng được"** và đứng trước "miễn là"; còn sau "miễn là" luôn là mệnh đề "điều kiện".

"Miễn là"는 동의와 수용을 표현하는 두 명제를 연결하는 접속사이다. 하지만 따르는 조건이나 불만족을 수용해야 한다. 수용 명제는 **"cũng được"**과 함께하며, **"miễn là"** 앞에 온다. "miễn là" 뒤에는 항상 조건 명제이다.

Ví dụ
- Con đi chơi đâu cũng được **miễn là** về nhà trước 10 giờ.
- Con đi chơi đâu thì đi **miễn là** về nhà trước 10 giờ.
- Với tôi, thời tiết thế nào cũng được **miễn là** đừng mưa.

2

liệu + 명제:

liệu chiều mai có xong không ?

"**Liệu**" được sử dụng chủ yếu trong câu hỏi tu từ, biểu thị sự nghi ngờ về khả năng có xảy ra hay không xảy ra hoặc kết quả thực hiện các sự kiện, thông tin được nói đến trong câu. "**Liệu**" thường đứng ở vị trí đầu câu.

"**liệu**"는 수사의문문에서 주로 쓰인다. 이는 어떤 사건이 일어날지 혹은 일어나지 않을지를 판단하기 어려울 때 쓴다.

Ví dụ

- **Không biết** họ có đến không nhỉ ?
- **Liệu** họ có đến không nhỉ ?
- **Không biết liệu** họ có đến không nhỉ ?
- **Liệu** chút nữa có mưa không nhỉ ?

Luyện tập (어휘 연습)

A 1. Tìm các từ trái nghĩa với các từ dưới đây -

thận trọng →

tùy tiện →

rành mạch →

bực dọc →

ác cảm →

coi thường →

cụ thể →

xấu bụng →

2. Hãy chọn từ đồng nghĩa thay thế cho từ gạch chân trong những câu dưới đây:

- Trong đàm phán, rất dễ gây ra sự **hiểu lầm** cho phía bên kia.

a. hiểu sai

b. sai lầm

c. lầm lỗi

- Hoặc, trong quá trình đàm phán có một vài **nhân tố**, một số từ ngữ do quan niệm của cả hai bên khác nhau.

a. hạt nhân

b. yếu tố

c. thành phần

- Không nói những từ ngữ, câu có ý nghĩa **nước đôi**.

a. hai nước

b. hai nghĩa

c. mơ hồ

- Trong khi đó, một số thành viên **chủ chốt** của cả hai bên còn chưa đến đủ.

a. cốt cán

b. ông chủ

c. chú trọng

- Ông chủ cửa hàng cho rằng vị khách này cố ý gây chuyện, nên **bực dọc** nói:

a. tức bực

b. bực bội

c. giận mình

- Tuần đầu tháng sau chúng ta tiếp tục **bàn bạc**.

a. nói chuyện

b. tranh luận

c. thảo luận

- Người ta thường sử dụng các dấu câu, chỗ ngừng, chỗ nghỉ để làm cho câu văn, câu nói có tiết tấu, ý nghĩa **rành mạch**, giảm bớt sự hiểu lầm.

a. rõ rệt

b. rõ ràng

c. rõ nét

3. Đọc - hiểu ý nghĩa chính. Sau đó tìm và khoanh tròn trường hợp đúng -

- Trong đàm phán, nếu chúng ta nói năng thiếu thận trọng sẽ rất dễ gây ra sự hiểu lầm cho phía bên kia.

  a. Trong đàm phán, nếu chúng ta nói năng thận trọng thì giữa hai bên rất dễ xảy ra hiểu lầm nhau.

  b. Trong đàm phán, nếu chúng ta nói năng thiếu thận trọng thì giữa hai bên rất dễ xảy ra hiểu lầm nhau.

  c. Trong đàm phán, nếu chúng ta nói năng cẩn thận thì giữa hai bên rất dễ xảy ra hiểu lầm nhau.

- Sự hiểu lầm có nhiều nguyên nhân, có thể do diễn đạt của chúng ta, có thể do phía đối tác chưa nghe rõ hoặc có một số từ ngữ do quan niệm của cả hai bên khác nhau.

  a. Một số nguyên nhân gây ra hiểu lầm: do diễn đạt, do đối tác nghe chưa rõ, do quan niệm về từ ngữ khác nhau.

  b. Sự hiểu lầm có nhiều nguyên nhân nhưng không phải là do diễn đạt.

  c. Sự hiểu lầm có nhiều nguyên nhân nhưng không phải là do diễn đạt cũng không phải do quan niệm về từ ngữ khác nhau.

- Hiểu lầm nhau trong đàm phán thường dẫn tới những hậu quả không lấy gì làm tốt đẹp trong việc hợp tác, làm ăn giữa các đối tác với nhau trong tương lai.

  a. Hiểu lầm nhau trong đàm phán thường dẫn tới những ảnh hưởng xấu cho cả hai bên trong tương lai.

  b. Hiểu lầm nhau trong đàm phán thường dẫn tới những hậu quả không lấy gì làm tốt đẹp chỉ lúc đó thôi.

  c. Hiểu lầm nhau trong đàm phán thường dẫn tới những ảnh hưởng xấu cho một bên trong tương lai thôi.

- Khi diễn đạt một ý nào đó nên nói cụ thể, rõ ràng, chớ nên nói những câu nước đôi để tránh dẫn đến sự hiểu lầm của phía đối tác.

  a. Khi diễn đạt một nội dung nào đó nên nói những câu nước đôi.

  b. Khi diễn đạt một ý nào đó nên nói rõ ràng, tránh nói nước đôi.

  c. Khi diễn đạt một nội dung nào đó không nên nói cụ thể, rõ ràng.

- Trong một số trường hợp, có thể bớt chủ ngữ với điều kiện khi cả hai bên, người nói và người nghe đều hiểu rõ nhau.

  a. Khi nói, có thể bớt chủ ngữ vì điều đó không cần thiết.

  b. Trong một số trường hợp, có thể bớt chủ ngữ mà không cần kèm theo một điều kiện nào.

  c. Khi nói, có thể bớt chủ ngữ nếu cả hai đều hiểu rõ nhau.

- Từ đồng âm là những từ có âm giống nhau nhưng ý nghĩa khác nhau.

  a. Từ đồng âm là những từ có âm và nghĩa khác nhau.

  b. Từ đồng âm là những từ có âm giống nhau nhưng nghĩa khác nhau.

  c. Từ đồng âm là những từ có cả âm và nghĩa giống nhau.

- Trên văn bản, người ta thường sử dụng các dấu câu, chỗ ngừng, chỗ nghỉ để làm cho câu văn, câu nói có tiết tấu, ý nghĩa rành mạch, giảm bớt sự hiểu lầm.

  a. Các dấu câu, chỗ ngừng, chỗ nghỉ không có tác dụng gì cả.

  b. Các dấu câu, chỗ ngừng, chỗ nghỉ có tác dụng làm cho câu văn có tiết tấu, ý nghĩa rõ ràng, giảm bớt hiểu lầm.

  c. Khi nói cũng như khi viết, không cần thiết phải sử dụng đúng các dấu câu, chỗ ngừng, chỗ nghỉ.

4. Trả lời các câu hỏi theo nội dung bài đọc -

- Trong đàm phán rất dễ gây ra điều gì ?
- Hãy cho biết một số nguyên nhân hay gây ra sự hiểu lầm trong đàm phán?
- Hãy nêu một số hậu quả của việc gây ra hiểu lầm trong đàm phán ?
- Để tránh hiểu lầm, người ta gợi ý nên chú ý những điều gì ?
- Thế nào là một từ đồng âm ? từ đồng nghĩa ?
- Theo bạn, trong số những gợi ý nêu ra trong bài thì điều gì là quan trọng nhất ? Vì sao ?
- Có thể giản ước câu nói nhưng chỉ trong trường hợp nào ?
- Ngoài những gợi ý trên, theo bạn còn những lý do nào có thể gây ra hiểu lầm trong đàm phán nữa ?
- Bạn đã từng bị đối tác hiểu lầm bao giờ chưa ? Hãy kể lại lý do mà đối tác đã hiểu lầm về bạn ?

5. Thử giải thích các từ và nhóm từ sau -

nói nước đôi →

từ đồng âm →

từ đồng nghĩa →

từ trái nghĩa →

đàm phán →

có ác cảm →

cố ý gây chuyện →

ngắm nghía →

6. Thảo luận -

Bạn hãy cho biết:

- Người ta thường tiến hành đàm phán trong những trường hợp nào ?
- Nghệ thuật đàm phán có vai trò và ý nghĩa như thế nào trong làm ăn, kinh doanh ?
- Khi đàm phán với một đối tác nào đó, theo bạn có cần nghệ thuật không ? Vì sao ?
- Bạn hiểu thế nào là nghệ thuật trong đàm phán ? Nó gồm những yếu tố nào ?
- Thỉnh thoảng người ta có nhắc đến nhóm từ: "đàm phán trên thế mạnh", bạn hiểu thế nào về sự đàm phán này ?
- Bạn hiểu thế nào về thành ngữ tiếng Việt "mạnh vì gạo, bạo vì tiền" ?

B 1. *Hoàn thiện các câu dưới đây với* "miễn là":

- Nhiều người có thể làm bất cứ việc gì,
- Ông bà cứ xem thoải mái,
- Các em có thể nghỉ học một vài ngày
- Mọi người có thể đến chậm dăm ba phút,
- Các chị có thể làm theo ý mình,
- Các anh có thể đi bằng bất cứ phương tiện gì,
- Tôi có thể trả lời mọi câu hỏi của các bạn,
- Ăn gì cũng được,
- Học ở đâu cũng được,

2. *Đọc kỹ các tình huống sau rồi đưa ra những lời chấp nhận với kết cấu* "miễn là":

- Tôi và bạn tôi thường cùng đi ăn với nhau. Hôm nay, tôi thích ăn phở. Bạn tôi lại thích ăn bánh mì. Vì nể bạn nên tôi ra điều kiện:

→

- Tôi không muốn cho chị ấy mượn sách vì đã nhiều lần chị ấy không trả đúng hẹn nhưng lần này chị ấy nói mãi, cuối cùng tôi phải đồng ý nhưng với điều kiện:

→

- Anh Kim rất muốn đi du lịch nước ngoài vào mùa Hè này. Bố anh ấy chưa đồng ý vì năm nay anh Kim có hai kỳ thi: thi tốt nghiệp phổ thông và thi vào đại học. Cuối cùng bố anh ấy cho phép anh ấy đi du lịch với điều kiện:

→

- Chị ấy đã chứng kiến và thấy rằng cuộc sống của những người nhiều tiền và giàu có thường rất ít hạnh phúc. Chị ấy hoàn toàn không muốn có một cuộc sống như vậy. Vì thế, khi được hỏi: "Chị quan niệm thế nào về cuộc sống trong tương lai ?", chị ấy đã trả lời:

→

- Anh ấy rất say mê âm nhạc. Anh ấy có thể nghe nhạc cả ngày. Anh ta thích nghe nhiều loại nhạc. Tuy nhiên có một loại nhạc anh ấy không thích một chút nào đó là nhạc rock. Vì thế anh ấy thường nói với bạn bè là:

→

3. *Hãy xác lập ngữ cảnh cho những câu hỏi sau:*

Mẫu

- **Liệu** ngày mai thời tiết thế nào nhỉ ?

→ Ngày mai, chúng tôi bố trí một chuyến đi dã ngoại. Tất cả đã chuẩn bị xong, chỉ còn thời tiết ngày mai không biết thế nào. Mọi người hơi lo lắng băn khoăn về điều đó:

Tiếp tục với

- Liệu chuyến bay anh ấy đi có hạ cánh đúng giờ không nhỉ ?

- Liệu một vài tháng nữa có xin được việc làm không nhỉ ?
- Liệu tuần tới chị ấy có đến thăm mình nữa không nhỉ ?
- Liệu ông ấy có khỏi bệnh không nhỉ ?
- Liệu mai mình có làm được bài thi không nhỉ ?

Bài tập viết

Viết thư thể hiện ý kiến, quan điểm

1. Một số gợi ý:

1) Trong cuộc sống của chúng ta, mỗi người đều có những cách thể hiện tình cảm, để đạt nguyện vọng hay trình bày ý kiến khác nhau. Do đó cũng có nhiều kiểu viết thư khác nhau, tùy thuộc vào mục đích của người viết. Mặt khác, khi viết thư cũng cần chú ý đến mối quan hệ giữa người viết và người nhận thư để tránh việc sử dụng từ, ngữ, câu, … không phù hợp.

2) Một bức thư thường gồm những phần sau:
- Địa chỉ của người viết và ngày, tháng viết thư
- Địa chỉ người nhận
- Cách gọi chào người nhận thư
- Nội dung thư
- Lời chúc cuối thư
- Ký tên và có thể có phần tái bút

2. Dưới đây là một vài bức thư với chủ đề: hãy thể hiện ý kiến, quan điểm của bạn về "vai trò của người phụ nữ trong gia đình và xã hội" do báo Phụ nữ Việt Nam tổ chức.

Bức thư thứ nhất

Hà Nội, ngày 23 - 02 - 2005.

Kính gửi Ban biên tập

Báo Phụ nữ Việt Nam.

Tôi rất vui mừng khi được biết báo Phụ nữ Việt Nam có tổ chức một cuộc trưng cầu ý kiến về chủ đề **"Vai trò của người phụ nữ trong gia đình và xã hội"**. Và điều hạnh phúc hơn là qua diễn đàn này, tôi có thể trình bày ý kiến, quan điểm riêng của bản thân mình.

Thưa Ban biên tập, tôi cho rằng, vai trò quan trọng nhất của người phụ nữ là ở trong gia đình. Với tư cách là một người vợ, một người mẹ thì trước hết người phụ nữ nên ở nhà để chăm sóc những đứa con.

Ngày nay, nhiều phụ nữ nói là họ phải đi làm vì hoàn cảnh kinh tế, vì cần phải kiếm tiền. Song tôi lại thấy rằng, họ nói như vậy là họ mới chỉ lo lắng đến của cải vật chất mà không hề quan tâm đến lợi ích của những đứa con của họ. Làm sao mà họ có thể trở thành một người mẹ tốt nếu họ không lo âu đến những nhu cầu của chúng ?

Nếu như phụ nữ tiếp tục đi làm thì những đứa con của họ vẫn tiếp tục phải chịu đựng và cả cộng đồng chúng ta cũng sẽ phải chịu đựng.

Kính thư,

Nguyễn Mai Hoa, đường Trường Chinh,

Quận Đống Đa, Hà Nội.

Bức thư thứ hai

Hà Nội, ngày 26 - 02 - 2005.

Kính gửi Ban biên tập
Báo Phụ nữ Việt Nam.

Tôi đã đọc ý kiến của chị Mai Hoa tại diễn đàn **"Vai trò của người phụ nữ trong gia đình và xã hội"** in trên báo Phụ nữ Việt Nam, ngày 24/2/2005. Điều tôi muốn nói đầu tiên là, tôi không đồng ý một chút nào với quan điểm của chị ấy về việc đi làm của người phụ nữ.

Thứ nhất, tôi cho rằng, việc người phụ nữ đi làm không đồng nghĩa với việc những đứa con của họ bị bỏ rơi, thiếu sự chăm sóc. Trước khi quyết định đi làm, tôi nghĩ người mẹ nào cũng đã có kế hoạch, có những chuẩn bị đối với việc chăm sóc con cái của họ.

Thứ hai, xin nói thêm, tôi cũng là một người mẹ đi làm và trên thực tế các con tôi đều khỏe mạnh, hạnh phúc, ngoan ngoãn và vẫn thường xuyên được yêu chiều.

Điều cuối cùng, nếu chị Mai Hoa nghĩ rằng việc ở nhà của chị ấy sẽ có lợi cho con cái của chị thì cũng nên để cho những người phụ nữ khác tự đưa ra những quyết định của riêng họ. Đó mới là sự công bằng.

Kính thư,
Phạm Thị Dung, Hai Bà Trưng, Hà Nội.

3. *Hãy tập viết thư theo hướng dẫn của giáo viên trình bày ý kiến của bạn về* "Vai trò của người phụ nữ trong gia đình và xã hội".

Bài 09

GIẢI TRÍ VÀ THỂ THAO

Vietnamese Conversation 4

Hội thoại (회화)

Nam: Chào anh Park. Thứ hai đầu tuần mà trông anh có vẻ rất tươi tỉnh. Cuối tuần rồi chắc đã đi du lịch hay gặp bạn nên vui vẻ phải không?

Park: Không, tôi chỉ ở Thành phố, nhưng vì tìm được một địa điểm rất tốt để có thể sử dụng thời gian rảnh một cách bổ ích nên tôi thấy vui.

Nam: Ở đâu mà có thể sử dụng thời gian rảnh một cách bổ ích vậy anh? Anh mới tới Thành phố Hồ Chí Minh chưa được một tháng mà.

Park: Đúng vậy. Vì sống xa gia đình, thời gian rảnh mà không làm gì thì nhớ nhà lắm, nên cuối tuần tôi hay đi loanh quanh. Tối thứ sáu vừa rồi, tình cờ tôi đi vào khu vực Nhà văn hóa Thanh niên ở khu trung tâm, gần Nhà thờ Đức Bà, ...

Nam: À, tôi hiểu rồi. Nhà văn hóa Thanh niên là sân chơi, giải trí dành cho các bạn trẻ. Ở đó, cuối tuần, thường có những buổi triển lãm ảnh nghệ thuật, hay có tổ chức sự kiện, mời diễn giả là các doanh nhân, nhà khoa học, nhà hoạt động xã hội, ... đến nói chuyện. Cũng có cả sân khấu ca nhạc, mời các ca sĩ mới nổi tiếng biểu diễn, Vé vào cửa cực rẻ, hợp với túi tiền sinh viên, công nhân. Anh đã xem gì ở đó?

Park: Tôi xem biểu diễn võ thuật. Ở sân vận động bên hông phải của Nhà văn hóa, tôi thấy có nhiều lớp dạy võ thuật lắm anh: Taekwondo, Karate, Nhu đạo, Thái cực quyền, Thiếu Lâm tự, ... đủ cả. Tôi thấy thanh thiếu niên tập luyện rất khí thế. Có cả những bạn mặc đồng phục màu đen, biểu diễn môn võ thuật gì lạ lắm, tôi không biết tên.

Nam: Có lẽ là Việt Võ Đạo hay cũng có thể là môn võ thuật Bình Định, là những môn võ thuật cổ truyền của Việt Nam. Môn Việt Võ Đạo, còn được gọi tắt là Vovinam được võ sư Nguyễn Lộc sáng lập năm 1938, dựa trên nền tảng võ và vật cổ truyền Việt Nam. Còn môn võ Bình Định từng được dùng huấn luyện cho quân đội và thi võ triều nhà Nguyễn đó. Môn võ thuật này nổi tiếng đến độ đã đi vào ca dao. Anh có biết câu ca dao này không:

Ai về Bình Định mà coi,
Đàn bà cũng biết múa roi, đi quyền.

Park: Thú vị quá. Lần sau tôi sẽ hỏi rõ cho biết tên môn võ đó. Anh Nam biết không, tôi đã đăng ký học một lớp luyện Khí công. Một tuần học ba buổi, mỗi buổi hai tiếng. Học phí rẻ đến bất ngờ.

Nam: Các lớp học trong những nhà văn hóa của thành phố này như Nhà văn hóa Thanh Niên, Nhà văn hóa Lao Động, Nhà văn hóa Phụ Nữ, mục đích tạo nơi vui chơi, học tập, giao lưu, gặp gỡ cho thanh niên, cho người dân thành phố là chính nên có lẽ đã được chính phủ trợ giá. Trước đây, khi còn là sinh viên, tôi cũng thường lui tới những nơi này, đăng ký học đủ thứ như chụp ảnh nghệ thuật, thư pháp, học đàn, học khiêu vũ, học ngoại ngữ, ··· Em gái của tôi cũng theo học các môn nữ công gia chánh như nấu ăn, cắm hoa, thêu, đan, ... Thật đúng chuẩn học sinh, sinh viên là vui, rẻ và bổ ích.

Park: Còn những môn thể thao như bóng bàn, bóng rổ, bóng chuyền, quần vợt, gôn, ... thì có thể chơi ở đâu hả anh?

Nam: Anh có thể đến những sân chơi thể thao đa năng hay các câu lạc bộ thể thao, các sân vận động trong thành phố như Câu lạc bộ Lan Anh, Trung tâm thể dục thể thao Phan Đình Phùng, Sân vận động Hoa Lư, ··· Một số nơi có cả hồ bơi, phòng tập tạ, tập thể dục dụng cụ, tập thể hình rất tốt đó. Cũng có cả sân tập chơi gôn cho người mới bắt đầu học nhưng nếu chơi gôn giỏi rồi, muốn chơi ở sân rộng, thoải mái thì phải đi xa một chút, ra ngoại thành.

Park: Thế à? Cám ơn anh. Tuần sau, tôi sẽ đi dạo thử một vòng xem sao. Còn anh Nam, cuối tuần hay lúc rảnh rỗi, anh Nam thường làm gì?

Nam: Vì có gia đình rồi, lại có con nhỏ nữa nên lâu lâu, tôi và bà xã mới sắp xếp được thời gian cùng đi dã ngoại, đi xem phim, xem kịch hay đến các phòng trà nghe nhạc thư giãn thôi, anh à. Anh làm tôi nhớ lúc còn độc thân, tự do lắm.

Park: Khi còn ở Hàn Quốc, tôi cũng bận tối mắt *tối mũi đó chứ*. Sang đây công tác, đang trong thời gian tu nghiệp nên còn rảnh rỗi, tranh thủ tận dụng thời gian thôi.

Nam: Chúc anh tập luyện tốt nha. Đúng là *được này mất kia* thôi. Sao có thể được tất cả một lúc chứ? Nói vậy chứ, tôi cũng duy trì việc chạy bộ một tiếng mỗi ngày mỗi buổi sáng sớm đó. Không có sức khỏe tốt thì không thể làm việc tốt hay sống vui, hạnh phúc được, phải không anh?

Bài đọc (독해)

TAEKWONDO

Taekwondo là một **môn võ** truyền thống có hệ thống khoa học nhất của Triều Tiên. Hiện nay, môn võ này đã trở thành một trong những môn võ phổ biến, được hàng triệu người trên thế giới tập luyện hàng ngày và là một môn thể thao hiện đại nằm trong **danh mục thi đấu** chính thức của các **kỳ** đại hội Olympic quốc tế.

Từ "Taekwondo" theo tiếng Hàn gồm 3 phần: "tae", "kwon" và "do". "Tae" có nghĩa là "**bàn chân**, cẳng chân" hay "bước đi"; "kwon" nghĩa là "**nắm đấm**"; còn "do" có nghĩa "**đạo**", nghĩa là con đường để đạt tới mục tiêu. Từ "Taekwondo" mang hai ý nghĩa chính. Một là cách thức đúng khi sử dụng "tae" và "kwon" (bàn chân và nắm tay) hoặc tất cả mọi bộ phận cơ thể thông qua bàn chân và nắm tay. Thứ hai là con đường để kiểm soát hoặc làm dịu lại các cuộc chiến đấu vì mục tiêu hòa bình. Theo nghĩa đen, "Taekwondo" là "đặt nắm đấm trên nắm đấm" với nghĩa "chiến đấu để bảo vệ sự yên bình". Do đó, ý nghĩa **toàn diện** của từ này là "con đường đúng đắn để sử dụng tất cả các bộ phận trong cơ thể để **chấm dứt** các cuộc chiến vì mục đích hòa bình, nhằm xây dựng một thế giới tốt đẹp hơn".

Với tinh thần **duy trì** và bảo vệ hòa bình, Taekwondo đã trải qua gần 5000 năm tồn tại và phát triển. Khi mới ra đời, nó được bắt đầu như một môn võ để **tự vệ**, gọi là "Subak" hay "Takkyeon". Rồi môn võ này không ngừng được phát triển. Trong thời **vương quốc** cổ Koguryo, nó đã trở thành như một phương pháp kết hợp để rèn luyện con người cả về mặt cơ thể lẫn **tâm hồn**, dưới cái tên "Sunbae". Thời kỳ Silla, nó lại trở thành **xương sống** của chương trình Hwarangdo với mục đích huấn luyện và đào tạo các nhà lãnh đạo đất nước.

Taekwondo là một môn võ, **thoạt nhìn** có nhiều đặc điểm tương tự như một số môn võ khác của Nhật Bản, Trung Quốc và của một vài quốc gia khác ở phương Đông. Tuy nhiên, nó lại rất khác với những môn võ này. Trước hết, Taekwondo là môn võ rất **năng động** về mặt cơ thể với những chuyển động nhanh nhẹn của bàn chân. Thứ hai, sự chuyển động của cơ thể luôn được **đồng bộ** với những nguyên tắc của tâm hồn và cuộc sống. Thứ ba, các **tư thế** chuyển dịch của Taekwondo là vô cùng đa dạng ···

Đặc điểm quan trọng nhất của Taekwondo là sự thống nhất: thống nhất giữa cơ thể, tâm hồn của con người với cuộc sống. Khi biểu diễn Taekwondo, về nguyên tắc, đầu tiên người ta làm cho tâm hồn thật **thanh thản**. Rồi sau đó, sự thanh thản của tâm hồn được **hòa trộn** một cách đồng bộ với các cử động của cơ thể. Cuối cùng, người biểu diễn Taekwondo phải làm sao truyền được sự **hài hòa** giữa cơ thể và tâm hồn đến với cuộc sống, đến với xã hội. Đây chính là phương pháp **nâng cao** mặt tinh thần trong cuộc sống con người thông qua việc rèn luyện cơ thể, nhằm **đạt tới** một sự hài hòa **tuyệt đối** ···

(Phỏng theo "Vòng quanh thế giới",
NXB "Văn hóa Thông tin", Hà Nội, 2005)

Từ vựng (어휘)

tươi tỉnh	상쾌한, 기분좋은	loanh quanh	…을 돌다
trợ giá(助價)	비용을 지원하다	khiêu vũ(跳舞)	댄스
sân tập chơi gôn	골프 연습장	thư giãn	긴장을 풀다
tu nghiệp(修業)	수업, 배우다	môn võ	무술
danh mục(名目)	종목	thi đấu(試鬪)	시합하다, 겨루다
kỳ(期, 奇…)	기, 회	bàn chân	발바닥
nắm đấm	주먹으로 때리다	đạo(道)	도, 종교
kiểm soát(檢察)	조사하다, 통제하다	làm dịu	완화하다
toàn diện(全面)	전면적인	chấm dứt	결론짓다, 끝내다
duy trì(維持)	유지하다	quần vợt	테니스
cắm hoa	꽃장식	bổ ích(補益)	이로운, 유익한
diễn giả(演者)	연설가	thư pháp(書法)	글쓰기, 서법
tập tạ	아령 연습	đạt tới	달성하다
tối mắt tối mũi	눈코뜰새없이 바쁜	được này mất kia	일비일희
tự vệ(自衛)	1.자위 2.스스로 보호하다	vương quốc(王國)	왕국
tâm hồn(心魂)	영혼	xương sống	척추
thoạt nhìn	바로(생각없이) 보다	năng động(能動)	1.능동적인 2.역동적인
đồng bộ(同步)	동시에	tư thế(姿勢)	자세
thanh thản(淸坦)	편안한	hòa trộn	화합을 이루다
hài hòa(諧和)	조화를 이루다	tuyệt đối(絶對)	절대적인
nâng cao	향상시키다		

Chú giải ngữ pháp (문법해설)

1

명제 + đã,

명제 … cái đã,

Chúng ta nên nghỉ một chút đã.

Nghỉ cái đã, đi đâu mà vội.

là kết cấu tình thái để biểu thị hành động nêu ra trước **"đã, cái đã"** là hành động cần phải được "ưu tiên" và nên được tiến hành trước. Đôi khi, hành động trước **"đã, cái đã"** như là một điều kiện.

이는 행동을 요청하는 표현이다. **"đã, cái đã"** 앞에 제시된 행동은 반드시 우선적으로 실행되어져야 할 것을 전제로 한다. 가끔 **"đã, cái đã"** 앞의 행동은 조건과 같은 의미이다

Ví dụ

- Mệt quá ! Nghỉ một chút **đã** ! (sau khi nghỉ sẽ đi tiếp)
- Đi đâu mà vội, làm cốc bia **cái đã** ! (uống bia xong rồi đi đâu thì đi)
- Muốn trở thành thạc sĩ thì trước hết phải tốt nghiệp đại học **đã** !

2

vừa … đã …

mới … đã …

vừa mới … đã …

là kết cấu để kết nối hai hành động (hoặc hai trạng thái, hai tình huống), trong đó nhấn mạnh tính chất xảy ra quá sớm của hành động sau. Xét về mức độ, "**vừa mới** … **đã** …" mang ý nghĩa "mạnh hơn".

이들은 두 가지 행동(혹은 두 가지 상태, 상황)을 결합하기 위한 형태다. 그 중 나중의 행동이 너무 일찍 일어난 것을 강조할 때 쓴다. "**vừa mới** … **đã** …"는 더 강한 의미를 갖는다.

Ví dụ
- Ông ta **vừa** khỏi ốm **đã** đi làm việc ngay.
- **Vừa** nằm xuống giường bà ta **đã** ngáy.
- Anh ta **vừa mới** ở đây mà không biết **đã** biến đi đâu rồi.

Luyện tập (어음 연습)

A 1. Tìm các từ trái nghĩa với các từ dưới đây -

chính thức →

chấm dứt →

thoạt nhìn →

đồng bộ →

làm dịu →

thanh thản →

tuyệt đối →

2. Hãy chọn từ đồng nghĩa thay thế cho từ gạch chân trong những câu dưới đây:

- Hiện nay, "Taekwondo" là một môn thể thao hiện đại nằm trong **danh mục** thi đấu chính thức của các kỳ đại hội Olympic quốc tế.

a. danh tiếng

b. danh sách

c. mục lục

- Từ "Taekwondo" theo tiếng Hàn **gồm** 3 phần: "tae", "kwon" và "do".

a. bao gồm

b. bao chứa

c. chứa

- Ý nghĩa của từ Taekwondo là "con đường đúng đắn để sử dụng tất cả các bộ phận trong cơ thể nhằm **chấm dứt** các cuộc chiến vì mục đích hòa bình".

a. chấm hết

b. dứt điểm

c. chấm

- Taekwondo là một môn võ, **thoạt nhìn** có nhiều đặc điểm tương tự như một số môn võ khác của một vài quốc gia khác ở phương Đông.

a. nhìn qua

b. nhìn kỹ

c. nhìn cụ thể

- Taekwondo là môn võ rất năng động về mặt cơ thể với những chuyển động **nhanh nhẹn** của bàn chân.

a. nhanh nhạy

b. mau mồm

c. lắm mồm

- Khi biểu diễn Taekwondo, đầu tiên người ta làm cho tâm hồn thật **thanh thản**.

a. thoải mái

b. nhẹ

c. thanh

- Cuối cùng, người biểu diễn Taekwondo phải làm sao truyền được sự **hài hòa** giữa cơ thể và tâm hồn đến với cuộc sống, xã hội.

a. hòa hợp

b. hòa đồng

c. hòa tan

3. Đọc - hiểu ý nghĩa chính. Sau đó tìm và khoanh tròn trường hợp đúng -

- Taekwondo là một môn võ truyền thống có hệ thống khoa học nhất của Hàn Quốc.

a. "Taekwondo" chỉ là một môn võ bình thường.

b. "Taekwondo" là một môn võ lâu đời và khoa học của Hàn Quốc.

c. "Taekwondo" là môn võ có khắp nơi trên thế giới.

- Hiện nay, Taekwondo đã trở thành một môn võ phổ biến, được hàng triệu người trên thế giới tập luyện hàng ngày và là một môn thể thao thi đấu ở các đại hội Olympic quốc tế.

  a. Hiện nay, "Taekwondo" chỉ được tập luyện ở Hàn Quốc.

  b. Hiện nay, "Taekwondo" đã trở thành một môn võ phổ biến.

  c. "Taekwondo" không chỉ là môn võ phổ biến mà còn là môn thể thao thi đấu tại Olympic quốc tế.

- "Taekwondo" nghĩa là "con đường đúng đắn để sử dụng tất cả các bộ phận trong cơ thể nhằm chấm dứt các cuộc chiến vì mục đích hòa bình".

  a. Mục tiêu tối thượng của "Taekwondo" là nhằm chấm dứt các cuộc chiến vì mục đích hòa bình".

  b. Mục tiêu quan trọng nhất của "Taekwondo" là sử dụng các bộ phận cơ thể.

  c. Mục tiêu tối thượng của "Taekwondo" là để đánh nhau.

- Với tinh thần duy trì và bảo vệ hòa bình, Taekwondo đã trải qua gần 5000 năm tồn tại và phát triển.

  a. "Taekwondo" mới ra đời cách đây 500 năm.

  b. "Taekwondo" đã có lịch sử gần 5000 năm.

  c. "Taekwondo" xuất hiện lần đầu tiên tại Olympic Seoul - 1998.

- Thoạt nhìn, Taekwondo có nhiều đặc điểm tương tự như một số môn võ khác của một số quốc gia ở phương Đông.

  a. "Taekwondo" không có gì khác với các môn võ khác.

  b. Nhìn qua, "Taekwondo" tương tự với một vài môn võ khác ở phương Đông.

  c. "Taekwondo" là "Taekwondo", không giống với bất kỳ môn võ nào.

- Đặc điểm quan trọng nhất của Taekwondo là sự thống nhất giữa cơ thể, tâm hồn của con người với cuộc sống.

  a. Đặc điểm quan trọng nhất của Taekwondo là sự thống nhất giữa tay và chân.

  b. Đặc điểm quan trọng nhất của Taekwondo là sự thống nhất giữa tâm hồn con người với cuộc sống.

  c. Sự thống nhất giữa cơ thể, tâm hồn và cuộc sống là đặc điểm quan trọng nhất của Taekwondo.

- Người biểu diễn Taekwondo phải làm sao truyền được sự hài hòa giữa cơ thể và tâm hồn đến với cuộc sống, đến với xã hội.

  a. Taekwondo là môn võ nên khi biểu diễn chỉ chú ý đến động tác.

  b. Nguyên tắc biểu diễn của "Taekwondo" là tập trung vào động tác chân.

  c. Nguyên tắc biểu diễn của "Taekwondo" là phải tạo ra sự hài hòa giữa cơ thể và tâm hồn con người với cuộc sống.

- Taekwondo, thực chất là phương pháp nâng cao mặt tinh thần trong cuộc sống con người thông qua việc rèn luyện cơ thể, nhằm đạt tới một sự hài hòa tuyệt đối …

  a. Thông qua việc rèn luyện cơ thể nhằm nâng cao mặt tinh thần là bản chất của "Taekwondo".

  b. "Taekwondo" chỉ là một phương pháp rèn luyện thân thể.

  c. "Taekwondo" chỉ là một phương pháp rèn luyện cơ bắp.

4. Trả lời các câu hỏi theo nội dung bài đọc -

- Taekwondo là một môn võ như thế nào ở Hàn Quốc ?
- Từ "Taekwondo" trong tiếng Hàn gồm mấy phần ? Những phần nào ? Ý nghĩa của chúng ?
- Ý nghĩa toàn diện của từ "Taekwondo" là gì ?
- "Taekwondo" đã có bao nhiêu năm tồn tại và phát triển ?
- "Taekwondo" của Hàn Quốc khác với một vài môn võ của một số nước ở phương Đông như thế nào ?
- Đặc điểm quan trọng nhất của "Taekwondo" là gì ?
- Khi biểu diễn "Taekwondo" đòi hỏi những điều kiện gì ?
- Người Hàn rất tự hào về "Taekwondo", bạn hãy cho biết ngoài những lý do trên còn những lý do nào khác ?
- Bạn có thường xuyên luyện tập "Taekwondo" không ? Hãy cho biết những ảnh hưởng của nó đối với sức khỏe con người ?

5. Thử giải thích các từ và nhóm từ sau -

võ truyền thống →

tự vệ →

đại hội Ôlympic →

thoạt nhìn →

cuộc sống tinh thần →

cuộc sống vật chất →

võ thể thao →

tương tự →

6. Thảo luận -

Bạn hãy cho biết ý kiến của bạn về những ý kiến dưới đây. Bạn sẽ đồng ý hay phản đối, cho biết lý do:

- Ở Hàn Quốc "Taekwondo" chỉ là một môn võ để tự vệ ?

  + Đồng ý ? Lý do ?

  + Phản đối ? Lý do ?

- Nhiều người cho rằng, "Taekwondo" và "Karataedo" của Nhật Bản là hai môn võ hoàn toàn giống nhau ?

- Người Hàn Quốc nào bất kể nam hay nữ cũng đều biết võ "Taekwondo" ? Nếu ai không biết võ "Taekwondo" thì không phải là người Hàn Quốc ?

- Vào sáng sớm, tất cả thanh viên nam nữ Hàn Quốc, ai cũng luyện tập "Taekwondo" ?

-"Taekwondo" chỉ là một môn tập dưỡng sinh dành cho người già nhằm kéo dài tuổi thọ, giúp họ sống lâu hơn ?

- "Taekwondo" chỉ là một môn thể thao thẩm mỹ, giúp cho phụ nữ giảm mỡ, giảm cân, làm cho dáng người trở nên thon thả, nhẹ nhàng hơn ?

- "Taekwondo" chỉ là một hình thức tập luyện nhằm thư giãn, giúp cho con người đỡ cảm thấy mệt mỏi, căng thẳng vì công việc.

- Hiện nay, chính phủ Hàn Quốc đang có chính sách xuất khẩu môn võ "Taekwondo" sang nhiều nước khác nhau trên thế giới ?

B 1. *Xác định những mệnh đề dưới đây xem cái nào xảy ra trước, cái nào xảy ra sau rồi hoàn thiện câu với " … đã":*

- học năm thứ hai - phải hoàn thành chương trình năm thứ nhất.
- chưa đến giờ vào lớp - làm cốc cà phê.
- trở thành phiên dịch tiếng Việt - học tiếng Việt thật giỏi.
- tiếp tục học cao học - tốt nghiệp đại học.
- đến thăm ai - gọi điện trước.
- ăn sáng - đi học.
- tốt nghiệp phổ thông - vào đại học.

2. *Sử dụng* "vừa … đã …; mới … đã …" *nối các mệnh đề sau sao cho hợp nghĩa:*

- đi làm về - tắm.
- ăn sáng xong - chạy ra quán Internet.
- đi làm về - lên giường đi ngủ.
- nhắc đến tên chị ấy - chị ấy xuất hiện.
- chia tay với bạn tôi hôm qua - hôm nay đã có bạn trai mới.
- nói với tôi cách đây 15 phút - chị ấy đã quên.
- tuần trước chúng tôi ở Seoul - tuần này chúng tôi ở Hà Nội.
- học hôm qua - hôm nay quên.

3. *Đọc các ngữ cảnh sau, tùy trường hợp hình thành câu với* "... đã"; "… vừa (mới) … đã …":

- Này, làm gì mà chăm chỉ thế ! Nghỉ ____________
- Ông ấy bảo muốn có việc làm tốt thì trước hết ____________
- Tôi đã gặp chị ấy hôm qua mà hôm nay không nhớ ra.
- Trời đang mưa ! Hãy đợi ____________

- Anh ta đã đưa cho tôi số điện thoại cách đây 15 phút nhưng không biết tôi để ở đâu.
- Anh chị đi đâu mà vội vàng thế ! Ngồi xuống đây làm
- Mẹ tôi thường bảo chúng tôi là trước khi ăn phải

Bài tập viết

1. Đọc. Tìm và viết ra ý chính của mỗi đoạn văn trong bài đọc dưới đây. Sau đó viết tóm tắt cả bài rồi tập nói:

Vì sao phụ nữ sống lâu hơn đàn ông ?

Nói chung, phụ nữ sống lâu hơn đàn ông khoảng 6 năm. Nhiều bằng chứng cho thấy ngay từ khi mới ra đời, số lượng trẻ sơ sinh nam khó nuôi nhiều hơn so với trẻ sơ sinh nữ. Tương tự, phụ nữ cũng mắc bệnh tim ít hơn đàn ông. Trong các giai đoạn kế tiếp của cuộc đời, nam giới hút thuốc nhiều hơn nữ giới nên họ cũng bị chết nhiều hơn bởi các bệnh do thuốc lá gây ra.

Đàn ông thường uống rượu và có thái độ hiếu chiến hơn phụ nữ, nhất là khi đang lái xe, do đó họ cũng bị chết vì tai nạn nhiều hơn phụ nữ. Mặt khác, so với nữ giới, nói chung nam giới phải làm nhiều nghề nguy hiểm hơn, chẳng hạn như những nghề liên quan đến lĩnh vực xây dựng công trình, nhà cửa, v.v... nên họ cũng bị chết vì tai nạn nghề nghiệp nhiều hơn.

Lịch sử cũng cho thấy, phụ nữ thường chết nhiều do sinh nở, còn đàn ông thường do chiến tranh. Vì thế cho nên, các nữ tu sĩ và các nhà triết học thường sống rất lâu. Ngày nay, với sự phát triển của y học, việc mang thai và sinh đẻ của phụ nữ ít rủi ro và trong thế giới mà chúng ta đang sống càng ngày càng ít xảy ra chiến tranh hơn.

Trên thế giới, nước có tỷ lệ tuổi thọ cao nhất là Nhật Bản. Ở Nhật, tuổi thọ trung bình của đàn ông là 76 còn đối với phụ nữ là 82 tuổi.

(Phỏng theo "Những người sống lâu nhất thế giới"- Báo "Sức khỏe")

2. Tìm và viết ra ý chính của mỗi đoạn văn trong bài đọc dưới đây. Ví dụ, đoạn cuối cùng có thể viết:

→ Nhật Bản là nước có tuổi thọ cao nhất, đàn ông trung bình 76, đàn bà 82 tuổi.

Tiếp tục với

Đoạn 1:

Đoạn 2:

Đoạn 3:

3. Trên cơ sở nội dung bài đọc, hãy sắp xếp các nội dung dưới đây theo thứ tự trước - sau:

- Số nam giới hút thuốc bị chết bởi các bệnh do thuốc lá gây ra nhiều hơn nữ giới.
- Trên thế giới, nước có tỷ lệ tuổi thọ cao nhất là Nhật Bản.
- Phụ nữ thường chết nhiều do sinh nở, còn đàn ông thường do chiến tranh.
- Phụ nữ sống lâu hơn đàn ông khoảng 6 năm.
- Đàn ông thường uống rượu và có thái độ hiếu chiến hơn phụ nữ.
- Nam giới phải làm nhiều nghề nguy hiểm hơn nên cũng bị chết do tai nạn nghề nghiệp nhiều hơn so với nữ giới.
- Các nữ tu sĩ và các nhà triết học thường sống rất lâu.

Bản ghi nhớ

Bài 10

VĂN HỌC-NGHỆ THUẬT

Vietnamese Conversation 4

Hội thoại (회화)

Phóng viên đài truyền hình "24 giờ trong ngày" đang có một cuộc phỏng vấn dành cho giới giáo viên, sinh viên về tình trạng mê chơi game, ít đọc sách của giới trẻ.

Phóng viên: Trẻ em bây giờ, đứa nào cũng mê chơi game mà ít đọc sách. Với tư cách là một nhà giáo dục, theo bà, điều này có gây tác hại gì không?

Nhà giáo: Khi cân nhắc điều gì nên hay không nên làm, tôi có thói quen liệt kê sự việc thành hai cột: cột A là điểm cộng, điểm tốt cho những điều tích cực; cột B là điểm trừ, điểm không tốt cho những việc có tính tiêu cực. Với chơi game và đọc sách cũng vậy. Tôi đã thử so sánh hai cột thì được kết quả như sau, anh xem thử:

	Điểm tốt (+)	Điểm không tốt (-)
Chơi game	- Kích thích hoạt động của não bộ (điều hướng không gian, khả năng lập kế hoạch chiến lược, tăng cường trí nhớ). - Não thao tác nhanh chóng, linh hoạt khi có nhiều nguồn tin. - Giúp tăng khả năng phối hợp của tay và mắt. - Có thể tương tác với một hoặc một nhóm bạn cùng chơi.	- Lãng phí thời gian - Có thể gây nghiện. - Có xu hướng bị hút vào thế giới ảo, dẫn đến tách biệt với xã hội, không tương tác với thế giới thực. - Làm giảm thị lực vì dùng mắt nhiều, giảm sức khỏe vì thiếu vận động. - Giảm trí tưởng tượng theo chiều sâu vì não chỉ hoạt động với những hình ảnh, âm thanh có sẵn.
Đọc sách	- cung cấp kiến thức đa dạng, nhiều lĩnh vực. - giúp tăng cường khả năng tư duy, óc phân tích, suy luận, tổng hợp vấn đề. - Kích thích trí tưởng tượng tốt (từ con chữ, người đọc tự hình dung ra hình ảnh và âm thanh gắn liền với nội dung đó). - Đối với những tác phẩm văn học - nghệ thuật, tính giáo dục những giá trị chân - thiện - mỹ cao và sâu sắc.	- hình thức đơn điệu, gây chán. - không âm thanh, không hình ảnh nên không cuốn hút, hấp dẫn người đọc. - chỉ có thể tương tác một chiều giữa người đọc và con chữ.

Phóng viên: Theo bảng này thì chơi game có 4 điểm tốt và 5 điểm không tốt; còn đọc sách có 4 điểm tốt và 3 điểm không tốt, phải không ạ?

Nhà giáo: Vâng, đó là ý kiến chủ quan của tôi. Có thể còn thiếu sót, cần bổ sung. Nhưng sau khi liệt kê đầy đủ những điểm tốt và không tốt, chắc mọi người có thể tự rút ra kết luận cho mình. Cá nhân tôi không thành kiến với việc chơi game, và tôi nghĩ, đó là xu hướng không thể cưỡng lại trong thời đại công nghệ thông tin như hiện nay.

Phóng viên: Vấn đề là liều lượng phải không ạ?

Nhà giáo: Chính xác. Cái gì cũng có hai mặt. Vấn đề là nên biết cách sử dụng những thành tựu của khoa học công nghệ một cách thông minh, sáng suốt. Cả trong việc đọc sách cũng vậy. Hiện nay, các sản phẩm văn hóa nghệ thuật như tác phẩm văn học, âm nhạc, sân khấu, điện ảnh, ..., đang có xu hướng dễ dãi, chiều theo thị hiếu, thị trường mà xem nhẹ hoặc lảng tránh chức năng hướng con người đến chân - thiện -

mỹ. Xu hướng khai thác những khía cạnh bạo lực, tình dục, bản năng đang có biểu hiện chiếm lĩnh thị trường một cách áp đảo. Do vậy, độc giả, người tiêu dùng các sản phẩm văn hóa nghệ thuật, công nghệ giải trí cũng phải có ý thức chọn lọc, tránh sa đà và bị dẫn dắt.

Phóng viên: Chắc là giới trẻ có thể có ý kiến thú vị về vấn đề này. Xin mời bạn Nguyễn Văn Long, sinh viên khoa Công nghệ thông tin Trường Đại học Công nghệ Thành phố Hồ Chí Minh. Xin cho biết, bạn nghĩ sao về vấn đề này?

……

Bài đọc (독해)

Về tác giả cuốn sách …

Mấy năm nay, bạn đọc Việt Nam, đặc biệt là giới trẻ, xôn xao về cuốn sách **"Nhật ký Đặng Thùy Trâm"**, *những trang viết có số phận kỳ lạ của một nữ* ***liệt sĩ*** *27 tuổi, do Nhà xuất bản Hội nhà văn Việt Nam ấn hành. Đặng Thùy Trâm sinh ngày 26-11-1942 tại Hà Nội trong một gia đình trí thức. Tốt nghiệp đại học Y khoa năm 1966, Đặng Thùy Trâm* ***xung phong*** *vào miền Nam công tác ở* ***chiến trường*** *B và được phân công phụ trách bệnh viện huyện Đức Phổ (Quảng Ngãi), một bệnh viện dân y nhưng chủ yếu điều trị cho các thương bệnh binh. Ngày 22-6-1970, trong một chuyến công tác từ miền núi về đồng bằng, chị đã bị địch* ***phục kích*** *và hy sinh anh dũng lúc* *chưa đầy 28 tuổi đời, 2 tuổi Đảng và 3 năm tuổi nghề.*

"Nhật ký Đặng Thùy Trâm" *gồm 2 cuốn nhật ký của liệt sĩ Đặng Thùy Trâm ghi trong những ngày ở chiến trường. Bản thân hai cuốn nhật ký này cũng có một số phận kỳ lạ: chúng rơi vào tay những con người có* ***lương tri*** *ở bên kia chiến tuyến, được họ giữ gìn và tìm mọi cách để đưa về trả cho gia đình chị. Sau hơn 30 năm* ***lưu lạc****, ngày 30-4-2005, nó đã trở về với gia đình liệt sĩ. Hiện cuốn nhật ký đang được lưu giữ tại Viện* ***lưu trữ*** *về Việt Nam ở Lubblock, Texas, Mỹ.*

Và số phận kỳ lạ ···

Người đã giữ 2 cuốn nhật ký của Đặng Thùy Trâm trong suốt hơn 30 năm qua là Frederic Whitehurst, thường gọi là Fred, một sĩ quan ***quân báo*** *Mỹ tham chiến ở chiến trường Đức Phổ (Quảng Ngãi) từ 1969 đến 1971. Nhiệm vụ của Fred là thu thập các thông tin, tài liệu thu được sau những trận đánh để phân tích tình hình nhằm* ***truy tìm dấu vết quân*** *giải phóng. Trong một trận* ***tập kích****, sau khi tiếng súng đã im, đơn vị của Fred tiến vào và nhận ra đây là một bệnh viện nhỏ. Có rất nhiều lán trại, nhiều phòng bệnh và có cả một phòng mổ* ***dã chiến****. Hôm đó, Fred thu nhặt được rất nhiều tài liệu. Trong khi đang đốt những tài liệu loại bỏ thì Nguyễn Trung Hiếu, thông dịch viên của đơn vị cầm một* ***cuốn sổ*** *nhỏ đến cạnh anh và nói: "Fred, đừng đốt cuốn sổ này. Bản thân trong nó đã có lửa rồi". Fred chưa hiểu đó là cuốn sổ gì, nhưng vẻ xúc động của Hiếu và việc Hiếu có thể kính trọng cả* ***đối phương*** *đã tác động mạnh đến anh, Fred bỏ cuốn sổ vào túi. Nhiều đêm sau đó, Fred và Hiếu cùng nhau đọc cuốn sổ đó. Đó là nhật ký của một nữ bác sĩ* ***đứng đầu*** *bệnh viện mà đơn vị Fred đã đánh vào. Anh càng* ***tò mò*** *hơn khi Hiếu cho biết nữ bác sĩ đó còn rất trẻ, mới 26 tuổi và từ Hà Nội vào chiến trường chưa được 2 năm. Mặc dù anh chỉ được nghe qua lời dịch vội của Nguyễn Trung Hiếu nhưng những trang nhật ký đã thật* *sự **gây ấn tượng** trong anh. Đó là những dòng **chất chứa** căm thù đối với quân Mỹ, những dòng đầy yêu thương, hy vọng ... Fred không thể hiểu nổi bắt nguồn từ đâu mà một người con gái có thể nhìn thấy cái đẹp của màu xanh giữa một chiến trường đầy **bom đạn** ...*

*Năm 1972, Fred được rời Việt Nam và trở về Mỹ. Trong hành lý của anh có nhiều kỷ vật của chiến tranh, nhưng nặng nhất là: hai cuốn nhật ký chiến trường của nữ bác sĩ Đặng Thùy Trâm. Cũng từ đó, Việt Nam trở thành một nỗi **ám ảnh** trong anh. Mẹ của Fred là một nhà giáo kiêm họa sĩ. Khi Fred cho mẹ xem cuốn nhật ký, bà đã bảo con trai bà hãy cẩn thận, bởi vì hai cuốn sổ này có thể thiêu cháy cuộc đời anh. Quả vậy, Fred không thể nào ngủ yên và luôn **trăn trở** muốn làm một cái gì đó vì người nữ bác sĩ ấy. Chị còn sống hay đã chết ? Gia đình nữ bác sĩ ở đâu ? Mẹ chị có biết rằng bà đã có một người con gái anh hùng như thế không ? Fred đã nhiều lần tìm gia đình nữ bác sĩ, nhưng đều vô vọng ...*

*Mãi cách đây mấy năm, một người bạn của Fred, tên là Robert Whitehurst đã liên hệ được với họ hàng của Đặng Thùy Trâm ở Hà Nội. Robert Whitehurst cũng là một **cựu chiến binh** Việt Nam. Vợ anh ta là người Việt. Robert biết tiếng Việt nên có thể nói anh ta là người đọc cuốn nhật ký nhiều nhất. Với sự giúp đỡ của vợ, Robert đã thực sự bị xúc động trước những gì diễn ra trong tâm hồn người con gái bên kia chiến tuyến. Robert đã viết thư cho mẹ của Đặng Thùy Trâm: "Cho đến lúc này, tôi là người đã đọc đi đọc lại cuốn nhật ký ấy nhiều hơn ai hết ... Chúng tôi nghĩ chị là một anh hùng, sự nghiệp của chị rất có ý nghĩa đối với tất cả mọi người. Những dòng chữ của chị có một sức **kêu gọi** tuyệt vời. Chúng tôi đã học được ở những trang viết của chị nhiều điều: bài học về danh dự, bài học về tinh thần trách nhiệm, những bài học về sự **tận tụy** với **lý tưởng**, về tình yêu thương đối với mọi người, với cái đẹp ...". Rồi, qua mạng Internet, Robert được biết tại Trung tâm Việt Nam ở trường đại học Texas vẫn tổ chức hội thảo **thường niên** về chiến tranh Việt Nam. Robert đã động viên Fred* *đến dự hội thảo và nói về cuốn nhật ký của nữ bác sĩ. Trong sự xúc động sâu sắc, Fred và Robert đưa cho nhiều người đĩa CD chứa bản sao cuốn nhật ký của Đặng Thùy Trâm với một ước muốn cuốn nhật ký sẽ tìm được đường về với quê hương, về với gia đình người nữ bác sĩ mà hơn 30 năm qua họ ngưỡng mộ như một anh hùng.*

13.3.1969

Một đồng chí bộ đội nữa hy sinh. Anh bị một **vết thương** xuyên bụng. Sau cuộc mổ, tình trạng không tốt mà xấu dần, có lẽ vì một sự chảy máu trong. Sau **hội chẩn**, ý kiến chung không đồng ý mổ lại. Riêng mình vẫn băn khoăn **lưỡng lự**. Cuối cùng, anh đã chết-cái chết của anh làm mình suy nghĩ đến đau đầu. Anh chết vì sao ? Vì thiếu sự **kiên quyết** của mình chăng ? Rất có thể là như vậy …

Anh chết rồi, trong túi áo ngực có một quyển sổ nhỏ trong đó có nhiều kiểu ảnh của một cô gái với nụ cười **duyên dáng** trên môi và lá thư chờ đợi anh …Trước ngực anh còn có chiếc khăn nhỏ thêu dòng chữ "đợi chờ anh". Ơi người con gái ở **hậu phương** kia ơi ! Người cô yêu sẽ không bao giờ về nữa … Cái chết của anh **chất đầy tội ác** của đế quốc Mỹ và có cả sự **ân hận** của tôi, một thầy thuốc đã không cứu sống được anh trong khi còn có thể cứu được …

14.7.69

Hôm nay là ngày sinh nhật của ba. Mình nhớ đến ngày đó giữa bom rơi đạn nổ. Mới hôm qua, một **tràng pháo** bất ngờ đã giết chết 5 người. Mọi người vẫn chưa qua cái ngạc nhiên, lo sợ. Ba má và các em yêu thương ngoài đó làm sao thấy hết được cuộc sống ở đây. Cuộc sống vô cùng anh dũng, vô cùng **gian nan**, chết chóc hy sinh còn dễ dàng hơn ăn một bữa cơm. Vậy mà người ta vẫn chiến đấu. Con cũng là một trong muôn nghìn người đó. Con sống, chiến đấu và nghĩ rằng mình sẽ ngã xuống vì ngày mai của dân tộc ··· Con tự hào vì đã dâng trọn đời mình cho Tổ quốc. Dĩ nhiên, con cũng **cay đắng** vì không được sống tiếp cuộc sống hòa bình hạnh phúc mà mọi người trong đó có con đã **đổ máu xương** để giành lại. Nhưng, cũng có hàng triệu người như con đã ngã xuống mà họ cũng chưa hề được **hưởng trọn** lấy một ngày hạnh phúc. Cho nên có ân hận gì đâu !

Từ vựng (어휘)

mê chơi game	게임에 빠지다	tích cực(積極)	긍정적인, 적극적인
thành kiến(成見)	견해, 선입견	dễ dãi	까다롭지 않은
liều lượng	적당한 양, 분량	lảng tránh	피하다
nhật ký(日記)	일기	liệt sĩ(烈士)	열사
xung phong(衝鋒)	1.돌격하다 2.자원하다	chiến trường(戰場)	전장, 전쟁터
phục kích(伏擊)	매복하여 돌격하다	lương tri(良知)	양심과 지식
tác hại(作害)	해를 일으키다	tiêu cực(消極)	부정적인, 소극적인
tách biệt	떨어져 있는	cưỡng(强)	강제로 …하게 하다
sa đà(蹉跎)	도박 등에 빠지다	thị hiếu(嗜好)	기호
lưu lạc(流落)	유락, 방랑	lưu trữ(維持)	유지, 보존
quân báo(軍報)	군사정보	truy tìm	추적하다
dấu vết	흔적	tập kích(襲擊)	급습, 습격
dã chiến(野戰)	야전	cuốn sổ	수첩
đối phương(對方)	적, 상대방	đứng đầu	앞에 서다
tò mò	호기심 있는	chất chứa	모으다, 축적하다
bom đạn	폭탄	gây ấn tượng	인상을 야기하다
ám ảnh(暗影)	1.암영 2.뇌리에 남아 힘들게 하다	thiêu cháy	태우다
trăn trở	1. 뒤척이다 2. 염려하다, 맴돌다	vô vọng(無望)	희망없는, 소용없는
cựu chiến binh(舊戰兵)	참전군인	kêu gọi	호소하다
tận tụy(盡瘁)	전력투구하다, 전력을 다하다	lý tưởng(理想)	이상적인

thường niên(常年)	매년, 예년	**bản sao(本抄)**	복사본, 사본
ngưỡng mộ(仰慕)	앙모하다	**gian nan(艱難)**	어려운
vết thương	상처, 부상	**hội chẩn(會診)**	(의사들이) 회진하다
lưỡng lự(兩慮)	주저하는	**kiên quyết(堅決)**	단호한, 굳은
duyên dáng	사랑스러운	**thêu**	수를 놓다
hậu phương(後方)	후 방	**chất đầy**	쌓다, 가득차게 쌓다
tội ác(罪惡)	죄악	**tràng pháo**	지뢰의 한 종류
dâng trọn	온전히 바치다	**cay đắng**	고통을 느끼다, 고생하다
đổ máu xương	피와 땀과 눈물을 흘리다	**hưởng trọn**	온전히 누리다
ân hận(慇恨)	후회하다		

Chú giải ngữ pháp (문법해설)

1

già, ngót, non, trên, dưới, ngoài ···

là nhóm từ chỉ số lượng không chính xác thường kết hợp với số từ hoặc các đơn vị "cân, đong, đo, đếm". **"già, ngoài, trên"** có nghĩa là "hơn"; còn **"ngót, non, dưới"** nghĩa là "chưa đến" hay "kém".

이들은 정확하지 않은 수량을 가리키는 단어이다. 대개 수 혹은 "cân(무게를 재다), đong(양을 재다), đo(길이, 넓이 등을 재다), đếm(수를 세다)" 등의 단위와 함께 쓰인다. **"già, ngoài, trên"**은 "더"라는 의미가 있고, **"ngót, non, dưới"**는 "못미치 못하는" 혹은 "부족한"의 의미가 있다.

Ví dụ
- Cậu thử đoán xem, chị ấy bao nhiêu tuổi ?
- Theo tớ, chắc cũng phải **ngoài** 30.
- Bà ấy nói là, họ sẽ ở tại khách sạn này **ngót** 1 tháng.

2

để + 명제 + cho

là kết cấu sai khiến; thường sử dụng trong trường hợp chủ thể đề nghị hoặc yêu cầu được làm một việc gì đó cho người đối thoại.

이는 주체가 상대에게 무엇을 제안 또는 요청할 때 쓰는 표현이다.

Ví dụ
- Chị đi đâu mà xách nhiều thứ thế ? **Để** tôi xách bớt (đỡ) **cho** !
- Bà mang túi nhỏ kia, còn túi này nặng **để** tôi xách **cho** !
- Ông muốn đi đâu **để** tôi đưa ông **đi** !

Luyện tập (어음 연습)

A 1. Tìm các từ trái nghĩa với các từ dưới đây -

ngưỡng mộ →

vô vọng →

tận tụy →

bản sao →

lưỡng lự →

hậu phương →

cay đắng →

giới trẻ →

2. Hãy chọn từ đồng nghĩa thay thế cho từ gạch chân trong những câu dưới đây:

- Mấy năm nay, bạn đọc Việt Nam, đặc biệt là giới trẻ, xôn xao về cuốn sách "Nhật ký Đặng Thùy Trâm".

a. mấy năm trước

b. mấy năm gần đây

c. mấy năm sau

- Cuốn sách "Nhật ký Đặng Thùy Trâm", những trang viết có số phận kỳ lạ của một nữ liệt sĩ 27 tuổi, do Nhà xuất bản Hội nhà văn Việt Nam <u>ấn hành</u>.

  a. sản xuất

  b. xuất bản

  c. in

- Tốt nghiệp đại học Y khoa năm 1966, Đặng Thùy Trâm <u>xung phong</u> vào miền Nam công tác ở chiến trường B.

  a. tình nguyện

  b. đi đầu

  c. phong trào

- Hiện cuốn nhật ký đang <u>lưu trữ</u> tại ở Lubblock, Texas, Mỹ.

  a. lưu lại

  b. bảo lưu

  c. lưu giữ

- Fred đã nhiều lần tìm gia đình nữ bác sĩ, nhưng đều <u>vô vọng</u> …

  a. nguyện vọng

  b. vô số hy vọng

  c. mất hy vọng

- Fred không thể nào ngủ yên và luôn <u>trăn trở</u> muốn làm một cái gì đó vì người nữ bác sĩ ấy.

  a. lo lắng và không yên tâm

  b. băn khoăn

  c. hồi hộp

- Anh chết vì sao ? Vì thiếu sự kiên quyết của mình chăng ? Rất có thể là như vậy …

 a. kiên cường

 b. quyết đoán

 c. quyết định

- Qua mạng Internet, Robert được biết tại Trung tâm Việt Nam ở trường đại học Texas vẫn tổ chức hội thảo thường niên về chiến tranh Việt Nam.

 a. các năm

 b. thường thường

 c. hàng năm

3. Trả lời các câu hỏi theo nội dung bài đọc -

- Gần đây, bạn đọc trẻ Việt Nam xôn xao về cuốn sách gì ?
- Cuốn sách đó do ai ấn hành ?
- Đặng Thùy Trâm là một người như thế nào ?
- Ai là người đã giữ cuốn nhật ký trong suốt 30 năm qua ?
- Cuốn nhật ký đã được tìm thấy trong những điều kiện như thế nào ?
- Vì sao Fred đã không đốt cuốn nhật ký đó ?
- Hãy cho biết những băn khoăn, trăn trở của Fred khi giữ cuốn nhật ký bên mình ?
-Robert đã viết những gì cho mẹ Đặng Thùy Trâm ?
-Tại hội thảo thường niên về Việt Nam, Fred và Robert đã làm những gì ?
-Bạn có suy nghĩ gì khi đọc bài dọc trên ?

4. Thử giải thích các từ và nhóm từ sau -

lưỡng lự →

cựu chiến binh →

trăn trở →

ghi nhật ký →

phòng mổ dã chiến →

hội thảo thường niên →

liệt sĩ →

thương binh →

gây ấn tượng →

quân đội →

quân sự →

người lính →

sĩ quan →

5. Thảo luận -

1) Khi nói đến **chiến tranh,** người ta thường nói đến những điều gì ? Hãy đánh dấu vào những từ, nhóm từ gợi ý dưới đây:

- hy sinh và chết chóc.
- khó khăn và gian khổ.
- vui vẻ và sung sướng.
- đau khổ và cay đắng.
- gian nan và đầy thử thách.
- tàn phá và khắc nghiệt.
- là cối xay thịt người.
- là nơi thử thách lòng trung thành đối với dân tộc.
- là nơi thể hiện lòng yêu nước.
- là nơi tranh giành nhau về quyền lực.
- là điều đừng bao giờ xảy ra.
- là nơi thử nghiệm các loại vũ khí mới.

2) Theo bạn, **phụ nữ** có nên tham gia chiến tranh ?

- Nên ? Vì sao ?
- Không nên ? Vì sao ?

3) Theo bạn, **thanh niên** có nên làm nghĩa vụ quân sự ?

- Nên ? Vì sao ?
- Không nên ? Vì sao ?

4) Bạn là một **nam thanh niên Hàn Quốc**. Bạn đã hoàn thành nghĩa vụ trở về. Bạn hãy cho biết:

- Thời gian làm nghĩa vụ quân sự đối với nam thanh niên là bao lâu ?

- Trong thời gian thực hiện nghĩa vụ quân sự bạn đã làm những gì ?
- Việc thực hiện nghĩa vụ quân sự đã mang lại cho bạn những gì ?
  + Những mặt ích lợi ? Vì sao ?
  + Những mặt hạn chế ? Vì sao ?
- Theo bạn, lực lượng quân đội của một nước có những nhiệm vụ quan trọng nào ?

B 1. *Sử dụng* nhóm từ chỉ số lượng không chính xác *trả lời các câu hỏi sau đây*:

- Chị đoán thầy giáo năm nay khoảng bao nhiêu tuổi ?
- Cậu đoán cô ấy nặng bao nhiêu cân ?
- Nóng quá ! Cậu đoán hôm nay bao nhiêu độ ?
- Bạn thử đoán xem, chỗ thịt này mấy cân ?
- Mình đố cậu cái áo tớ vừa mua này bao nhiêu tiền ?
- Cậu nghĩ xem bài thi cuối kỳ vừa rồi của cậu được bao nhiêu điểm ?
- Đi du học ở Hà Nội 2 tháng, theo cậu phải chuẩn bị bao nhiêu tiền ?
- Máy bay từ Seoul đi Hà Nội mất mấy tiếng ?

2. *Đọc tình huống, hoàn thiện các câu dưới đây với* "để + mệnh đề + cho":

- Vấn đề này quá khó, __________
- Đến chỗ ấy rất nguy hiểm, __________
- Từ này trong từ điển không có, __________
- Từ đây đến sân bay rất xa, __________

- Bài này rất phức tạp,

- Từ điển này ở Seoul không có đâu,

- Giờ này không còn tàu điện ngầm,

- Ở đây lạnh quá,

3. Hãy thể hiện những lời đề nghị đối với các tình huống sau:

a. Mẹ vừa đi làm về rất mệt chưa thể nấu cơm ngay được. Bạn muốn nấu cơm giúp mẹ. Bạn sẽ nói:

→

b. Bạn gặp một nhóm khách du lịch người Việt đang mua hàng hóa tại Seoul nhưng họ không biết nói tiếng Hàn. Bạn muốn giúp họ. Bạn nói:

→

c. Một ông già bị lạc đường muốn bạn giúp. Bạn sẽ nói:

→

d. Một số sinh viên Việt Nam mới sang Hàn Quốc, họ không biết cách đi lại ở Seoul. Bạn muốn giúp họ. Bạn nói:

→

e. Bạn gặp một phụ nữ ở sân bay. Cô ta xách quá nhiều đồ đạc. Bạn muốn giúp cô ta. Bạn nói:

→

f. Bạn trai của bạn uống rượu nhưng lại vẫn lái xe. Bạn sẽ nói với anh ta:

→

h. Bạn biết tiếng Việt giỏi. Các bạn của bạn muốn bạn giải thích một số từ họ chưa hiểu. Bạn cũng muốn giúp họ, bạn sẽ nói:

→

Bài tập viết

1. Đọc bài đọc. Tìm các tiêu đề cho mỗi đoạn văn dưới đây -

Múa rối nước

Múa rối hầu như dân tộc nào cũng có, nhưng múa rối nước thì có lẽ chỉ có ở Việt Nam. Nghệ thuật múa rối nước xuất hiện từ thời Lý (1009-1225).

Ngày trước, những người làm nghề múa rối thường tổ chức thành phường rối. Mỗi phường rối có khoảng từ 70 - 80 người, trong đó chỉ khoảng 20 người hoạt động nghệ thuật, số còn lại phục vụ cho phường hoạt động biểu diễn. Mỗi phường có một bí mật nhà nghề riêng.

Một vở rối nước thường có nhiều "nhân vật". Mỗi nhân vật (con rối) là một tác phẩm điêu khắc dân gian, mang dáng vẻ và tính cách khác nhau. Con rối được làm bằng gỗ, bên ngoài quét sơn để chống thấm nước. Nhân vật tiêu biểu nhất của rối nước là chú Tễu với thân hình tròn trĩnh và nụ cười hóm hỉnh, lạc quan. Sân khấu của rối nước là ao, hồ. Khán giả đứng, ngồi quanh quây quần xung quanh. Nghệ nhân khi biểu diễn phải ngâm mình dưới nước để điều khiển con rối thông qua sào và dây. Nhạc đệm cho rối nước là một bộ gõ, gồm trống, mõ, thanh la ···

Kho tàng các vở diễn rối nước rất phong phú và ngày càng được bổ sung. Từ những tích lịch sử, chuyện dân gian đến những đề tài thích hợp với cuộc sống đương đại, sở thích của người dân trong cuộc sống hàng ngày. Nghệ thuật rối nước của Việt Nam là một loại hình sân khấu dân tộc cổ truyền không chỉ được ưa chuộng trong nước mà còn được giới thiệu ở rất nhiều nước trên thế giới.

Từ vựng (어휘)

múa rối	인형극	**phường rối**	인형극 활동 종사자들의 모임
biểu diễn(表演)	표현하다, 연출하다	**bí mật nhà nghề**	직업비밀
vở rối	인형극 스토리, 드라마	**điêu khắc(彫刻)**	조각
quét sơn	옻칠을 하다	**thấm nước**	물을 빨아들이다
chú Tễu	쭈 떼우(떼우 아저씨)	**tròn trĩnh**	둥글둥글하고 포동포동한
hóm hỉnh	재치있는, 해학적인	**lạc quan(樂觀)**	낙관적인
nghệ nhân(藝人)	예술가	**ngâm mình**	몸을 잠기다
sào	장대(긴 대나무)	**dây**	줄
con rối	목각인형, 꼭두각시	**nhạc đệm**	반주음악
bộ gõ	타악기음악	**tích (truyện)**	1.고사(古事) 2. 축적하다
đương đại(當代)	당대의	**ưa chuộng**	선호하다, 좋아하다

2. Trên cơ sở nội dung bài đọc, hãy sắp xếp các nội dung dưới đây theo thứ tự trước - sau:

- Rối nước của Việt Nam không chỉ được ưa chuộng trong nước mà còn được giới thiệu ở rất nhiều nước trên thế giới.
- Một vở rối nước thường có nhiều "nhân vật".
- Múa rối nước có lẽ chỉ có ở Việt Nam.
- Khi biểu diễn, người ta phải ngâm mình dưới nước để điều khiển con rối.
- Mỗi phường rối có khoảng từ 70 - 80 người.
- Nhân vật tiêu biểu nhất của rối nước là chú Tễu.
- Mỗi phường có một bí mật nhà nghề riêng.
- Sân khấu của rối nước là ao, hồ.

3. Tập đọc nhanh: *đầu tiên bạn hãy đọc và hiểu thật kỹ các ý chính đã cho dưới đây. Sau đó, bạn hãy đọc nhanh các đoạn văn trong các ô vuông rồi ghép các ý chính đã đọc vào các ô vuông sao cho hợp nghĩa. Ví dụ: C là nội dung chính của đoạn 1.*

Chèo

A. Nhân vật đặc trưng của Chèo là hề, còn gọi là hề chèo.

B. Chèo là một loại hình sân khấu tự sự, tức kể chuyện.

C. Chèo vốn bắt nguồn từ những trò diễn xướng dân gian thế kỷ XI.

D. Chèo luôn kết thúc có hậu: thiện thắng ác.

E. Một phường chèo thường chỉ gồm khoảng mươi mười lăm người.

G. Cái nôi của Chèo là vùng đồng bằng Bắc Bộ.

H. Nghệ thuật chèo gồm múa, hát, âm nhạc và các tích văn học.

1	C

Cái nôi của Chèo là đồng bằng Bắc Bộ. Chèo được khởi nguồn từ những trò diễn xướng dân gian từ thế kỷ XI. Lúc đầu, Chèo xuất hiện ở các làng quê, dần dần trở thành một loại hình sân khấu cho cả người dân thành thị.

2	

Xưa kia, một đoàn (phường) chèo thường chỉ gồm khoảng mươi mười lăm người kể cả nhạc công lẫn người diễn. Trong phần nhạc công, bộ gõ (trống) đóng vai trò quan trọng nhất.

3	

Nghệ thuật chèo bao gồm múa, hát, âm nhạc và nội dung văn học. Văn chèo mang đậm màu sắc trữ tình của ca dao, tục ngữ, tràn đầy tính lạc quan trong những cái cười dân dã, thông minh, hóm hỉnh và không kém phần trí tuệ.

4	

Sân khấu chèo thường đơn giản, chẳng cần phông, màn, đôi khi chỉ cần một tấm vải nhuộm màu và hai chiếc chiếu trải ở giữa, khán giả ngồi vây quanh 3 mặt là có thể diễn được. Nhân vật đặc trưng của Chèo là hề, còn gọi là hề chèo.

5	

Tính nhân văn trong các vở chèo rất rõ nét. Quyền con người, thiện thắng ác luôn được đề cập, được khẳng định. Các vở chèo cổ bao giờ cũng kết thúc có hậu theo truyền thống phương Đông.

6	

Chèo thuộc loại sân khấu tự sự (kể chuyện); giữa người xem và người diễn có sự giao lưu chặt chẽ.

3. Hãy sắp xếp lại nội dung bài đọc theo thứ tự trước – sau:

Bản ghi nhớ

Bài 11

SỨC KHỎE VÀ Y TẾ

Vietnamese Conversation 4

Hội thoại (회화)

Ở phòng tiếp nhận bệnh, nhân viên lễ tân chào hỏi bệnh nhân.

NVLT: Chào bà.

Bà Hoa: Chào cô. Tôi muốn khám sức khỏe tổng quát định kỳ.

NVLT: Bà có mang theo sổ khám bệnh và thẻ bảo hiểm y tế không?

Bà Hoa: Dạ, thẻ bảo hiểm đây nhưng tôi làm lạc mất sổ khám bệnh rồi.

NVLT: Vậy, mời bà mua sổ mới, điền đầy đủ thông tin cá nhân như tên tuổi, cân nặng, chiều cao, tiền sử bệnh và địa chỉ liên lạc rồi nộp vào đây. Xong, mời bà lại chỗ kia lấy số thứ tự và chờ đến lượt mình.

....

Ở phòng khám

Y tá: Mời bà ngồi đây đo huyết áp. Xong rồi ạ. Bà đến kia cho bác sĩ khám lâm sàng cho.

Bà Hoa: Chào bác sĩ.

Bác sĩ chính: Chào bà. Gần đây, bà thấy sức khỏe thế nào? Có cảm thấy mệt hay đau chỗ nào không?

Bà Hoa: Thưa bác sĩ, dạo này tôi hay khó ngủ, chóng mặt, nhức đầu.

Bác sĩ chính: Thế à? Xem nào. Bà há miệng ra xem. Rồi, giờ thì hít thở sâu nhé. Rồi. Khám tổng quát cần làm thêm nhiều xét nghiệm bà Hoa nhé. Bà cần xét nghiệm máu, nước tiểu, chụp hình phổi, đo điện tim, đo mật độ xương, siêu âm phần ngực và bụng. Xong, mang kết quả đến đây, tôi khám lại. À, bà cũng cần đo thị lực mắt và khám tai mũi họng nữa nhé.

....

Y tá: Mời bà mang phiếu này đến đóng tiền các khoản tại quầy thu ngân ở tầng 1 rồi mang hóa đơn đến các phòng mà bác sĩ đã chỉ định để khám. Xong, mang kết quả trở lại đây, chúng tôi sẽ lấy mẫu máu, và làm thêm một số xét nghiệm khác cho bà.

Bà Hoa: Lần này tôi có thẻ bảo hiểm mà cũng phải đóng tiền như những lần trước sao?

Y tá: Vâng, bà phải chi trước rồi giữ hóa đơn, sau đó nộp lại cho bảo hiểm, họ sẽ thanh toán lại số tiền mà bà đã chi trả hôm nay. Thường họ sẽ thanh toán khoảng 80 % tiền khám chữa bệnh, tiền xét nghiệm hay tiền thuốc nào có trong danh mục bảo hiểm.

......

Y tá xét nghiệm: Bà đã ăn sáng chưa?

Bà Hoa: Dạ chưa. Tôi nghe nói lấy mẫu máu thì không được ăn sáng.

Y tá xét nghiệm: Dạ, đúng rồi. Không ăn sáng thì mẫu xét nghiệm máu, nước tiểu sẽ cho kết quả chính xác hơn. Xin bà đưa tay ra để lấy máu. Đừng gồng cứng như vậy. Thả lỏng, hít thở để thư giãn. Nếu sợ, bà quay mặt đi chỗ khác nhé. Xong rồi. Giờ bà tự lấy mẫu nước tiểu nhé. Nhà vệ sinh ở đằng kia. Lấy mẫu xong, xin bà trở lại, giao tại đây.

....

Bà Hoa: Có gì trầm trọng không, thưa bác sĩ?

Bác sĩ chính: Tim mạch, phổi bình thường nhưng kết hợp với các kết quả ở đây thì bà có các triệu chứng bị loãng xương, mỡ máu hơi cao. Bà có bị đau khớp tay, chân gì không?

Bà Hoa: Dạ, có. Khi đi lên xuống cầu thang, đầu gối tôi hơi đau. Lâu lâu, lại bị chuột rút, đau đầu, hoa mắt.

Bác sĩ chính: Tôi sẽ kê cho bà Calcium và Vitamin D giúp tái tạo xương và kích thích tế bào xương hoạt động. Bà cũng nên vận động, tập thể dục mỗi ngày; nên ăn thức ăn giúp bổ sung canxi như chuối, bắp cải, các loại đậu, uống thêm sữa; tránh những thực phẩm có tính axit cao, có hại cho xương như trà, cà phê, rượu, giấm, nước sốt hoặc thức ăn nhiều chất bột.

Bà Hoa: Còn bệnh máu nhiễm mỡ thì sao ạ?

Bác sĩ chính: Bệnh này chủ yếu do ít vận động, ăn uống không điều độ, ăn nhiều đạm động vật, ít hoa quả, dẫn tới cholesteron cao. Bà chỉ cần điều chỉnh chế độ ăn uống và tập thể dục thường xuyên, ...

Bài đọc (독해)

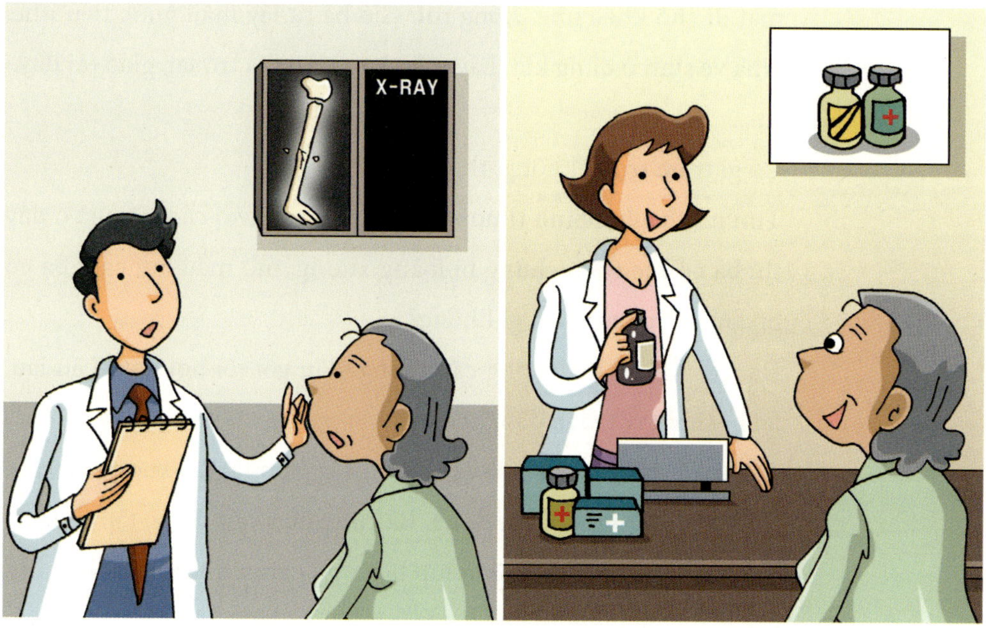

Vì sao nên khám sức khỏe định kỳ ?

Trong hầu hết các trường hợp, việc **chẩn đoán** và phát hiện sớm bệnh tật có vai trò rất quan trọng, nhất là đối với các loại bệnh **nan y**. Theo **y văn**, ung thư phổi, nếu phát hiện và điều trị sớm từ giai đoạn đầu thì tỷ lệ sống sau 5 năm điều trị có thể trên 30%, trong khi phát hiện và điều trị muộn thì chỉ khoảng 2 - 4%. Với các bệnh khác cũng vậy, nếu phát hiện sớm **bệnh tiểu đường**, bệnh nhân có thể tránh được những **biến chứng** nguy hiểm trên **thận**, đáy mắt, mạch máu và tránh được biến chứng **nhiễm trùng** bàn chân, một nguyên nhân có thể dẫn đến **tàn phế**, tử vong …

Khám sức khỏe **định kỳ** giúp chẩn đoán sớm nhiều bệnh nan y như: tiểu đường, **xơ gan**, ung thư, cao huyết áp, suy thận, các bệnh về **tim mạch, rối loạn** thần kinh v.v⋯, từ đó, có phương pháp điều trị kịp thời.

Với những kết quả có được, người thầy thuốc sẽ tư vấn cho bệnh nhân những điều cần thiết để giảm và điều trị **dứt điểm** các bệnh. Chương trình **tư vấn** sẽ bao gồm: thay đổi cách sinh hoạt, chuyển đổi môi trường sống, **điều chỉnh** lại chế độ làm việc, tập luyện thể dục, thể thao, vệ sinh thân thể và chế độ ăn uống thích hợp với từng loại bệnh ⋯

Đối với một số trường hợp đặc biệt khác, chẳng hạn như đàn ông trên 40 tuổi hút thuốc lá khả năng ung thư phổi rất cao nên cần phải chụp X-quang phổi định kỳ, 6 tháng một lần. Những người làm việc trong môi trường ẩm thấp ở các nước nhiệt đới, nóng ẩm, khả năng bị **lao phổi** cũng cao, nên cũng cần phải chụp X-quang định kỳ nhằm phát hiện ra bệnh sớm. Những người béo phì, trên 40 tuổi, khả năng tiểu đường độ II lên đến 40% nên thường xuyên tiến hành **xét nghiệm** thử đường huyết và đường trong nước tiểu để phát hiện sớm bệnh tiểu đường. Phụ nữ 40 tuổi trở lên, sinh đẻ nhiều rất dễ nhiễm các bệnh liên quan đến cơ quan **sinh dục** và cần khám **nội soi** phát hiện ung thư **tử cung**. Bệnh ung thư tuyến vú cũng là một loại bệnh **ác tính** rất hay gặp ở những phụ nữ độc thân trên 40 tuổi. Việc **siêu âm** tuyến vú định kỳ 3 - 6 tháng lần có thể giúp phát hiện sớm và khả năng **chữa lành** bệnh rất cao.

Ở mỗi lứa tuổi, mỗi loại giới có tỷ lệ mắc một số nhóm bệnh khác nhau. Nam giới thường mắc những loại bệnh khác nữ giới. Vì vậy, khám sức khỏe định kỳ không những để tránh lãng phí về tiền bạc và thời gian mà còn giúp phát hiện bệnh sớm, khả năng khỏi bệnh cao, ít gây tàn phế, kéo dài **tuổi thọ**. Cách khám bệnh định kỳ tốt nhất là khám định kỳ **trọn gói**. Với phương thức này, các khám nghiệm **lâm sàng** và xét nghiệm **cận lâm sàng** sẽ được tập trung hơn. Điều này giúp thầy thuốc dễ dàng hơn trong việc phát hiện và điều trị bệnh.

Ngày nay, tại hầu hết các bệnh viện hiện đại trên thế giới đều có dịch vụ khám kiểm tra sức khỏe theo định kỳ cho mỗi lứa tuổi. Đây là cách làm tốt nhất để mỗi người tự bảo vệ sức khỏe của mình.

Từ vựng (어휘)

khám sức khỏe tổng quát	종합건강검진을 하다	sổ khám bệnh	진료카드
thẻ bảo hiểm y tế	의료보험카드	chóng mặt	어지럽다
siêm âm(超音)	초음파	gồng	힘주다
hít thở	숨을 들이쉬다	tái tạo(再造)	재조하다
đạm	1. 단백질 2. 질소	tế bào(細胞)	세포
chẩn đoán(診斷)	진단하다	nan y(難醫)	난치의
y văn(醫文)	의학	bệnh tiểu đường	당뇨병
biến chứng(變症)	합병증	thận(腎)	신장
nhiễm trùng(染蟲)	균에 감염되다	tàn phế(殘廢)	불구의
định kỳ(定期)	정기적인	xơ gan	간 경변
tim mạch	심장박동수	rối loạn	혼란한
tiền sử bệnh(前史病)	병력	đo	…을 재다
huyết áp(血壓)	혈압	lấy mẫu máu	채혈, 피를 뽑다
thả lỏng	긴장을 풀다	tư vấn(諮問)	자문
điều độ(調度)	조절하다, 절제하다	chất bột	가루
điều chỉnh(調整)	조정하다	dứt điểm	일정기간에 어떤 일을 끝내다
lao phổi	결핵	xét nghiệm	…을 검사하다
sinh dục(生育)	생육	nội soi	내시경
tử cung(子宮)	자궁	ác tính(惡性)	악성
tuổi thọ	수명	trọn gói	종합적인
lâm sàng(臨床)	임상의	cận lâm sàng	임상에 가까

Chú giải ngữ pháp (문법해설)

1

Thà + 명제 (A) + còn hơn + 명제 (B)

là kết cấu so sánh, thường được dùng để biểu thị một sự lựa chọn. Tất cả mọi sự kiện, hiện tượng được đưa ra để lựa chọn đều nằm trong tình trạng không tốt lắm. Nghĩa là chọn một cái tốt hơn (thường là A) trong số những cái không được tốt lắm.

이는 명제와 명제를 비교하는 표현이다. 즉, 제기된 여러 사건과 현상 중에 가장 좋은 한 가지 (문장에서 보통은 A를 뜻함)를 선택하는 경우이다. 의미는 "B하느니 차라리 A하겠다"이다.

Ví dụ
- Tôi **thà** ở một mình **còn hơn** phải sống với anh ấy.
- **Thà** ở nhà **còn hơn** đi chơi trong điều kiện thời tiết xấu.
- **Thà** thất nghiệp **còn hơn** phải làm việc ấy.

2

	gì			**như**
không	**ai**	**+ 형용사 +**	**bằng +**	**(ai)**
chẳng	**đâu hơn**		**+**	**(cái gì)**
	nào			
	Ở đây không có ai đẹp hơn cô ấy.			

là kết cấu so sánh bậc cao, hay còn gọi là so sánh tuyệt đối. Kết cấu này sử dụng "các từ phủ định" kết hợp với các "đại từ nghi vấn" để so sánh tuyệt đối. Đôi khi, kết cấu này hoàn toàn tương tự với kết cấu so sánh bậc cao: "tính từ + nhất". Trong trường hợp cần nhấn mạnh, người ta dùng với từ phủ định "chẳng".

이는 최상급을 나타내는 표현이다. 이 형태는 절대비교를 위하여 의문대명사와 결합한 부정어를 사용한다. 이는 "형용사 + nhất" 형태와도 의미가 같다: 의미를 강조하고자 할 경우 부정어 "chẳng"을 쓸 수 있다

Ví dụ

- Ở đây cô ấy đẹp **nhất**.
- Ở đây **không** (có) **ai đẹp bằng** cô ấy.
- Ở đây **chẳng** (có) **ai đẹp bằng** cô ấy.
- Đối với người Hàn, **không** có món ăn **nào ngon hơn** Kimchi.
- **Không** có cách phòng bệnh **nào tốt hơn** khám sức khỏe định kỳ.

Luyện tập (어음 연습)

A 1. Tìm các từ, nhóm từ trái nghĩa với các từ, nhóm từ dưới đây -

phát hiện sớm →

giai đoạn đầu →

điều trị kịp thời →

môi trường ẩm thấp →

người béo phì →

rất hay gặp →

lãng phí →

rối loạn →

ít gây tàn phế →

2. Hãy chọn từ đồng nghĩa thay thế cho từ gạch chân trong những câu dưới đây:

- Trong nhiều trường hợp, việc chẩn đoán và **phát hiện** sớm bệnh tật có vai trò rất quan trọng, nhất là các loại bệnh nan y.

a. tìm ra

b. hiện ra

c. biểu hiện

- Người thầy thuốc sẽ **tư vấn** cho bệnh nhân những điều cần thiết để giảm và điều trị dứt điểm các bệnh.

  a. hướng dẫn

  b. nói chuyện

  c. hỏi riêng

- Phụ nữ 40 tuổi trở lên, sinh đẻ nhiều rất dễ **nhiễm** các bệnh liên quan đến cơ quan sinh dục.

  a. mắc

  b. nhiễm trùng

  c. ô nhiễm

- Bệnh ung thư tuyến vú cũng là một loại bệnh **ác tính** rất hay gặp ở những phụ nữ độc thân trên 40 tuổi.

  a. ác độc

  b. hiểm nghèo

  c. tàn ác

- Việc siêu âm định kỳ 3 - 6 tháng lần có thể giúp phát hiện bệnh sớm và khả năng **chữa lành** bệnh rất cao.

  a. chữa trị

  b. khỏi bệnh

  c. lành lặn

- Khám sức khỏe định kỳ vừa tránh lãng phí về tiền bạc, thời gian vừa giúp phát hiện bệnh sớm, khả năng khỏi bệnh cao, **kéo dài** tuổi thọ.

  a. kéo ra

  b. tăng

  c. kéo rộng

3. Đọc - hiểu ý nghĩa chính. Sau đó tìm và khoanh tròn trường hợp đúng -

- Trong hầu hết các trường hợp, việc chẩn đoán và phát hiện sớm bệnh tật có vai trò rất quan trọng, nhất là đối với các loại bệnh nan y.

  a. Trong y học, chẩn đoán và phát hiện sớm bệnh tật có vai trò rất quan trọng.

  b. Trong y học, thuốc tốt là quan trọng nhất.

  c. Trong y học, phương pháp điều trị quyết định tất cả.

- Các bệnh như: tiểu đường, xơ gan, ung thư, cao huyết áp, suy thận, các bệnh về tim mạch, rối loạn thần kinh v.v... đều được coi là những bệnh nan y.

  a. Đối với y học hiện đại không tồn tại bệnh nan y.

  b. Ngày nay các bệnh nan y đều đã được chữa trị.

  c. Bệnh nan y là những loại bệnh mà y học vẫn bó tay, như tiểu đường, ung thư, xơ gan, v.v...

- Với những kết quả có được, người thầy thuốc sẽ tư vấn cho bệnh nhân những điều cần thiết để giảm và điều trị dứt điểm các bệnh.

  a. Khi đã có kết quả, thầy thuốc sẽ tư vấn cho bệnh nhân những điều cần thiết.

  b. Khi đã có kết quả, thầy thuốc sẽ báo cho bệnh nhân về tình trạng bệnh tật của họ.

  c. Khi đã có kết quả, thầy thuốc sẽ không nói gì cả vì đó là nguyên tắc.

- Đàn ông trên 40 tuổi hút thuốc lá khả năng ung thư phổi rất cao nên cần phải chụp X-quang phổi định kỳ 6 tháng một lần.

  a. Những người hút thuốc lá rất dễ bị ung thư phổi. Vì vậy nên chụp phổi 6 tháng một lần.

  b. Ai cũng nên đến bệnh viện chụp phổi 6 tháng 1 lần.

  c. Ung thư phổi rất dễ xảy ra với bất kỳ ai không phải chỉ đối với những người hút thuốc lá.

- Phụ nữ 40 tuổi trở lên, sinh đẻ nhiều rất dễ nhiễm các bệnh liên quan đến cơ quan sinh dục và cần khám nội soi phát hiện ung thư tử cung.

  a. mắc

  b. nhiễm trùng

  c. ô nhiễm

- Ở mỗi lứa tuổi, mỗi giới có tỷ lệ mắc một số nhóm bệnh khác nhau. Nam giới thường mắc những loại bệnh khác nữ giới.

  a. Nam và nữ đều mắc những loại bệnh như nhau.

  b. Tỷ lệ mắc bệnh sẽ khác nhau phụ thuộc vào lứa tuổi, giới tính.

  c. Đã bị bệnh thì đều bị như nhau không phân biệt lứa tuổi, giới tính.

- Khám sức khỏe định kỳ không chỉ để tiết kiệm tiền bạc, thời gian mà còn giúp phát hiện bệnh sớm, khả năng khỏi bệnh cao, kéo dài tuổi thọ.

  a. Khám sức khỏe định kỳ là cách phòng và chữa bệnh tốt nhất hiện nay.

  b. Khám sức khỏe định kỳ có thể gây nên lo lắng cho mọi người.

  c. Khám sức khỏe định kỳ có thể làm cho bệnh ngày càng trầm trọng hơn.

- Kiểm tra sức khỏe theo định kỳ cho mỗi lứa tuổi là cách làm tốt nhất để mỗi người tự bảo vệ sức khỏe của mình.

  a. Kiểm tra sức khỏe theo định kỳ cần phải áp dụng cho từng lứa tuổi.

  b. Kiểm tra sức khỏe theo định kỳ là cách bảo vệ sức khỏe tốt nhất.

  c. Kiểm tra sức khỏe theo định kỳ vừa tốt vừa không tốt.

4. Trả lời các câu hỏi theo nội dung bài đọc -

- Việc chẩn đoán và phát hiện sớm bệnh tật có vai trò như thế nào ?
- Nếu phát hiện và điều trị sớm ung thư phổi ở giai đoạn đầu thì tỷ lệ sống sau 5 năm điều trị ra sao ?
- Hãy kể tên một số bệnh được gọi là nan y ?
- Người thầy thuốc sẽ tư vấn cho bệnh nhân những điều cần thiết gì ?
- Đàn ông trên 40 tuổi hút thuốc lá dễ mắc những loại bệnh gì ?
- Phụ nữ 40 tuổi trở lên, sinh đẻ nhiều rất dễ nhiễm các loại bệnh nào ?
- Việc siêu âm định kỳ 3 - 6 tháng / lần có tác dụng gì ?
- Khám sức khỏe định kỳ có vai trò như thế nào đối với việc chăm sóc và bảo vệ sức khỏe ?
- Bạn có thực hiện việc khám sức khỏe định kỳ không ? Chế độ kiểm tra sức khỏe định kỳ của bạn thế nào ?

5. Thử giải thích các từ và nhóm từ sau -

bệnh nan y →

bệnh tiểu đường →

khám sức khỏe định kỳ →

điều trị kịp thời →

tàn phế →

bệnh viện →

khám nội soi →

điều trị dứt điểm →

bệnh ác tính →

lãng phí →

6. Thảo luận -

1) Bạn hãy cho biết ý nghĩa, vai trò của việc khám sức khỏe định kỳ ?

- Đối với các bệnh nan y ?
- Đối với đàn ông nghiện thuốc lá ?
- Đối với phụ nữ trên 40 tuổi sinh đẻ nhiều ?
- Đối với những người làm việc trong môi trường ẩm thấp ?
- Đối với những người bình thường ?

2) Bạn có thường xuyên kiểm tra sức khỏe không ?

- Nếu có, hãy cho biết:

+ Mỗi năm mấy lần ? Ở đâu ?

+ Các bước khi đi kiểm tra sức khỏe định kỳ ?

- Nếu không, hãy cho biết vì sao ?

B 1. *Lựa chọn tình huống cho dưới đây, đặt câu với " … thà … còn hơn …":*

- đi xích lô / đi bộ.
- sống một mình / sống chung với những người không hợp.
- đi xe buýt / đi bằng ô tô riêng của anh ấy.
- ngủ cho khỏe / xem những bộ phim rẻ tiền.
- nhịn đói / ăn những món ăn không hợp vệ sinh.
- chết / không chịu làm nô lệ.
- thất nghiệp / làm công việc không thích.
- sống khổ / sống nhục.

2. *Chuyển đổi các câu dưới đây sang kết cấu ở mẫu 2:*

- Trong lớp tôi, bạn ấy là người trẻ nhất.
- Các cô gái là những người thích ăn quà vặt nhất.
- Trong số các bạn của tôi, cô ấy là người dịu dàng nhất.
- Thủ đô Seoul là thành phố có mật độ dân số đông nhất nước.
- Ở châu Á, dân tộc Hàn là một trong những dân tộc có tôn ti trật tự xã hội nặng nề nhất.
- Mùa đông năm nay là một trong số những mùa đông lạnh nhất.
- Trong 30 năm trở lại đây, mùa hè này là mùa hè nóng nhất.
- Người Hàn Quốc thích ăn hải sản nhất.

3. *Hãy chọn sử dụng* "bằng" *hay* "như":

- Cô ấy đẹp ______ tranh.
- Sông Hồng ở Việt Nam dài ______ sông Hàn ở Hàn Quốc.
- Tôi và anh ấy ______ tuổi nhau.
- Bà ta đã 50 tuổi rồi mà trông vẫn trẻ ______ những người 40 tuổi.
- Các chị ấy làm việc gì cũng chậm ______ rùa.
- Mùa thu ở Hà Nội cũng đẹp ______ mùa thu ở Seoul.
- Đôi khi ông ấy cũng gặp những nỗi buồn ______ tôi đã gặp.
- Chúng tôi luôn đối xử với nhau ______ anh em trong một nhà.
- Dù sắp bước vào tuổi 30 nhưng thỉnh thoảng anh ấy vẫn xử sự với mọi người ______ một đứa trẻ.

Bài tập viết

1. Đọc bài đọc. Tìm và viết ra ý chính của mỗi đoạn văn trong bài đọc dưới đây. Sau đó viết tóm tắt cả bài rồi tập nói:

1/3 phụ nữ Hàn Quốc không muốn có con

Theo kết quả khảo sát do Viện Y tế và xã hội Hàn Quốc vừa tiến hành, trong 3 phụ nữ đã thành lập gia đình ở xứ sở nhân sâm thì có 1 người từ chối quyền làm mẹ. Bên cạnh đó, những thanh niên chưa lập gia đình cho biết chỉ muốn có 1 đứa con sau khi kết hôn, trong khi một nửa phụ nữ độc thân lại cho rằng không nhất thiết phải có gia thất.

Xu hướng trên làm gia tăng mối lo ngại về tỷ lệ sinh con đang giảm dần tại đất nước Đông Á, vốn đang chịu một tỷ lệ dân số lão hóa nhanh cũng như sinh suất thấp. Tỷ lệ con trung bình của một phụ nữ Hàn Quốc trong năm 2004 chỉ ở mức 1,16; thấp hơn các nước phát triển khác như Mỹ (2,04), Pháp (1,89) và thậm chí còn thấp hơn cả Nhật Bản (1,29).

Nguyên nhân dẫn đến tình trạng trên là các cặp vợ chồng của đất nước Kimchi lo ngại không có đủ tiền để lo cho con cái trước áp lực chi phí giáo dục và chăm sóc trẻ ngày càng cao. Trung bình một cặp vợ chồng tiêu đến 23,8% tổng thu nhập cho giáo dục và chăm sóc con cái nếu họ có 1 con; 59% nếu có 2 con; 63,9% nếu có 3 con …

(Phỏng theo "Korea Herald" - Báo Thanh Niên, ngày 24-03-2006)

2. Tập đọc nhanh: *đầu tiên bạn hãy đọc và hiểu thật kỹ các ý chính đã cho dưới đây. Sau đó, bạn hãy đọc nhanh các đoạn văn trong các ô vuông rồi ghép các ý chính đã đọc vào các ô vuông sao cho hợp nghĩa. Ví dụ: A là nội dung chính của đoạn 1.*

Vì sao người ta thuận tay trái ?

A. Người thuận tay trái hay phải vẫn chưa giải thích được.

B. Người thuận tay trái có năng khiếu về nghệ thuật.

C. Có thể do yếu tố di truyền.

D. Người thuận tay trái gặp nhiều bất tiện trong cuộc sống.

E. Có thể do sự điều khiển ở bán cầu phải của não.

F. Ở một số nước không khuyến khích sử dụng tay trái.

G. Người thuận tay trái hay phải đã được khoa học giải thíc rồi.

1	A
Tại sao có người lại thuận tay phải, có người lại thuận tay trái ? Cho đến nay, các nhà khoa học vẫn "bó tay" khi muốn lý giải chính xác điều này.	

2	
Một số kết quả nghiên cứu mới cho rằng có thể yếu tố di truyền và môi trường sống đóng một vai trò nào đó trong chuyện này. Mặc dù vẫn chưa tìm ra loại "gien" nào quy định việc thuận tay trái hay tay phải nhưng họ đã xác định được quá trình này được hình thành ngay từ khi người ta còn nằm trong bào thai.	

2	

Một nghiên cứu khác nhận định loại "gien" có vai trò giúp phát triển ngôn ngữ ở bán cầu trái của não thường kiêm luôn chức năng khuyến khích người ta sử dụng tay phải; đối với những người sử dụng tay trái thì sự chỉ đạo được bắt nguồn từ bán cầu phải.

5	

Tuy nhiên, trong cuộc sống họ gặp phải không ít những điều bất tiện. Các dụng cụ phục vụ cuộc sống hàng ngày của con người, như dao, kéo, đồ khui hộp, ...chỉ dành cho những người thuận tay phải.

3	

Ở Ấn Độ và Inđônêxia, ăn bằng tay trái được xem là bất lịch sự; viết tiếng Hoa bằng tay trái là điều cực kỳ khó khăn và ở nhiều nước trên thế giới học sinh buộc phải tập viết bằng tay phải...

6	

Hiện trên thế giới có khoảng từ 10 – 12 % dân số thuận tay trái. Người thuận tay trái thường có năng khiếu về nghệ thuật hơn những người thuận tay phải.

3. Hãy sắp xếp lại nội dung bài đọc theo thứ tự trước - sau (viết):

Bài 12

MÊ TÍN DỊ ĐOAN

Vietnamese Conversation 4

Hội thoại (회화)

Chị gái: Nè em, ăn đi, chuối chị mới mua, ngon lắm.

Em trai: Thôi, em không ăn đâu. Mai thi tốt nghiệp phổ thông rồi.

Chị gái: Mai thi thì mới cần ăn cho có đủ dinh dưỡng, đủ sức khỏe chứ?

Em trai: Chị không nghe người ta nói sao, sắp thi mà ăn chuối, ăn trứng là thi trượt hoặc bị 0 điểm đó.

Chị gái: Trời, em mà cũng tin ba cái chuyện mê tín, dị đoan đó sao? Đàn ông con trai mà như vậy không sợ các bạn nữ chê cười à?

Em trai: Thường thì em cũng hay cười những người tin mấy chuyện như *'sáng ra ngõ gặp bà bầu xui cả ngày'* hay việc kiêng kỵ thái quá, không dám đi đâu, làm gì vào những ngày xấu như câu *'Mùng năm, mười bốn, hai ba; đi chơi cũng thiệt nữa là đi buôn'* nhưng giờ em đang lo lắm, nhỡ ăn chuối rồi làm bài không tốt thật thì sao? *Cẩn tắc vô áy náy*, chị à.

Chị gái: Vậy thì đúng là "*Cười người hôm trước, hôm sau người cười*" rồi. Chị nghĩ đây là vấn đề tâm lý thôi. Đi thi thì ai mà không lo lắng, hồi hộp. Em cứ học kỹ, nắm chắc bài, vào thi làm bài cẩn thận thì lo gì. Mà thôi, nãy giờ chắc em học nhiều, có nhức mắt, đau đầu gì không? Chị em mình nói chuyện chút cho em thư giãn nhé.

Em trai: Vậy, chị giải thích cho em nghe ý nghĩa của từ *mê tín, dị đoan* đi. Em hiểu mê tín là tin vào mấy chuyện như điềm gỡ, ma quỷ, bói toán, bùa chú, ... phải không chị?

Chị gái: Cũng có thể hiểu như vậy. Mê tín, dị đoan đều là những từ gốc Hán. Nếu chiết tự thì *mê* [迷] là lạc, là tinh thần không sáng suốt; tín [信] là tin, nghe theo, không nghi ngờ. Vậy mê tín [迷信] là tin vào điều gì đó với tinh thần không sáng suốt; Còn dị [異] là khác thường, quái lạ; đoan [端] là đầu mối, thường dùng trong *đa đoan* với nghĩa lắm mối, lắm vấn đề. Vậy dị đoan [異端] là tin, sợ những điều khác lạ, kỳ quái do thiếu hiểu biết.

Em trai: Ồ, biết chữ Hán thì có thể hiểu ý nghĩa tiếng Việt rất cặn kẽ, hay quá. Chị học chữ Hán ở trường đại học hả?

Chị gái: Ừ, khoa của chị là khoa Văn học và Ngôn ngữ nên trong chương trình học, sinh viên bắt buộc phải học chữ Hán và chữ Nôm.

Em trai: Em cũng muốn học chữ Hán để hiểu sâu, hiểu đúng tiếng Việt. Nghe nói từ vựng tiếng Việt mình có hơn 60% từ gốc Hán, phải không chị? À, mà nếu giỏi từ Hán Việt, mình cũng có thể học giỏi tiếng Hàn, tiếng Nhật, những thứ tiếng cũng có nhiều từ gốc Hán như tiếng Việt một cách dễ dàng hả chị?

Chị gái: Không hẳn là như vậy. Trong quá trình lịch sử tiếp xúc lâu dài giữa tiếng Việt với tiếng Hán, dựa trên số từ vựng gốc Hán căn bản, số lượng từ vựng Hán Việt không ngừng được cấu tạo, sản sinh, phát triển liên tục. Từ Hán Hàn hoặc Hán Nhật cũng được sáng tạo theo cách riêng của mình nên ngoài những từ du nhập nguyên khối như 'chú ý', 'liên lạc'', 'chuẩn bị',... thì cũng có nhiều trường hợp cách hiểu rất khác nhau. Ví dụ như 'ngạ quỷ' là từ tiếng Việt chỉ dùng trong Phật giáo, để chỉ 'quỷ đói' thì trong tiếng Nhật có nghĩa như là 'ranh con', đứa trẻ hay nghịch phá. Hay từ ' khốn nạn', tiếng Hoa có nghĩa là " khó khăn, khốn khổ' sang tiếng Việt có thêm nghĩa 'đốn mạt, đáng khinh'.

Em trai: Nhưng nếu trong từ điển có ghi chú bằng Hán tự thì người học cũng có thể hiểu phần nào, phải không chị?

Chị gái: Đúng rồi. Đó là điều mà từ điển tiếng Hàn, tiếng Nhật thường làm, còn từ điển tiếng Việt hiện đại thì chị chưa thấy. Thôi, em lo học tiếp đi, chị xuống bếp nấu cho bát chè đỗ, em ráng ăn nhiều vào để thi đỗ nhé.

Em trai: Thật đúng ý của em. Chị của em thật tuyệt vời. Em cám ơn chị.

Bài đọc (독해)

Những con số may mắn …

Bạn có bao giờ tin số 7 là con số may mắn không ?

Bạn có tin là sẽ có một điều gì đó xảy ra với **loạt số** chứa con số 3 không?

Nếu bạn tin thì có nghĩa là những **ý tưởng** của bạn cũng **cổ xưa** như Pitago (Pythagoras), một nhà triết học Hy Lạp ở thế kỷ thứ VI trước Công nguyên (Tr. CN). Pitago đã tin rằng, một con số nào đó hay loạt số có chứa nó thường mang một sức mạnh **bí hiểm**. Trong nhiều thế kỷ, con người đã gán cho những con số vô số điều quan trọng và biến chúng thành **mê tín dị đoan**. Nhiều điều mê tín dị đoan trong số đó đã tồn tại qua nhiều thế hệ và vẫn tiếp tục tồn tại cho đến ngày nay.

Nhiều điều mê tín chung quanh những con số có cơ sở khoa học và bắt nguồn từ thế giới tự nhiên. Chẳng hạn, từ rất sớm các nhà chiêm tinh học đã tin rằng **vũ trụ** được điều hành bởi 7 **hành tinh** và nhờ 7 hành tinh đó mà cuộc sống loài người được hình thành. Từ đó người ta tin đứa trẻ thứ 7 sẽ có thiên tài **bẩm sinh**. Cuộc sống con người cũng được chia thành 7 giai đoạn. Và cứ sau 7 năm sẽ xảy ra một sự kiện lớn. Nếu ai đó có ngày sinh chia hết cho 7 thì cuộc đời của người đó sẽ vô cùng may mắn. Đối với những người Babylon **cổ đại**, số 3 cũng là một con số may mắn bởi vì nó **tượng trưng** cho sự sinh nở, sống và chết. Một số người còn tin rằng một giấc mơ mà được lặp đi lặp lại 3 lần thì chắc chắn sẽ trở thành hiện thực.

Sự mê tín vào các con số không giống nhau trong các nền văn hóa. Số 5 được coi là con số **linh thiêng** và may mắn ở Ai Cập. Nhưng người Ashati ở Ga Na lại cho con số 5 là một con số vô cùng **rủi ro**. Tặng ai đó món quà gồm 5 thứ có nghĩa là **cầu chúc** cho người đó gặp sự xấu xa, **độc ác**. Thời cổ đại, Hy Lạp và Ai Cập cho rằng số 4 là con số tượng trưng cho sự **hài hòa**, cân đối **hoàn hảo**. Tuy nhiên, người Trung Quốc lại tin rằng số 4 là một con số chết bởi vì âm phát ra của con số này tương tự với âm của từ "chết".

Có lẽ, con số mang lại sự rủi ro phổ biến trong nhiều nền văn hóa là con số 13. Không có con số nào khác bị **mang tiếng** xấu trong một thời gian dài như nó. Thời La Mã cổ đại, nó được coi là dấu hiệu của sự chết chóc, sự **hủy diệt**, tai họa. Một trong những câu chuyện được viết sớm nhất trong **thần thoại** Na Uy là chuyện về con số 13. Chuyện này kể về bữa tiệc Valhalla có 12 **vị thần** được mời đến dự tiệc. Loki, vị thần độc ác không được mời nhưng vẫn đến, làm cho số người tăng lên con số 13. Trong khi chiến đấu để đuổi Loki ra ngoài, Balder, một vị thần được nhiều người yêu mến đã bị giết chết.

Có nhiều sự mê tín dị đoan tập trung vào con số 13. Chẳng hạn, ở Anh nó được coi là **điềm xấu** cho 13 người ngồi quanh một chiếc bàn. Một số người nói rằng người nào đứng dậy đầu tiên sẽ gặp **tai họa**, thậm chí sẽ bị chết trong năm đó. Một số người khác lại nói rằng điều xấu đó sẽ xảy ra với người đứng dậy sau cùng. Người Anh luôn nghĩ rằng, sẽ là không may khi có 13 người ở trong một phòng, nhất là người ở gần cửa ra vào. Ngày thứ 13 của tháng không bao giờ là ngày tốt để bắt đầu kinh doanh, cưới xin hay khởi hành đi đâu đó. Nhiều người tin thứ Sáu ngày 13 là ngày xấu nhất trong một năm. Sự mê tín này phổ biến đến nỗi, người ta đã làm một bộ phim **rùng rợn** mang tên "Thứ Sáu ngày 13".

Phần lớn mọi người khi khởi hành một chuyến đi xa họ thường tránh con số 13. Các ông chủ khách sạn rất ít khi **gắn biển** số 13 vào phòng. Để thay vào đó, người ta sử dụng các con số 12A và 12B hoặc 14A và 14B. Ở Pháp không bao giờ có địa chỉ nhà số 13 trong khi đó ở Ý số 13 được **hủy bỏ** hoàn toàn trong trò chơi **xổ số** quốc gia. Các hãng hàng không cũng không có dãy ghế 13 và ở cơ quan hay khi xây dựng các căn hộ cao tầng, rất hiếm gặp tầng số 13.

Từ thời cổ đại đến nay, niềm tin vào **ma thuật** vẫn tồn tại, **bất chấp** những thành tựu phát triển của khoa học kỹ thuật. Không có một điều gì **bướng bỉnh** như mê tín dị đoan. Thậm chí chúng ta đang sống ở thế kỷ XXI, con người vẫn tin vào những điều may rủi và **điềm tiên tri**. Trong tương lai, con người có thể làm việc trên những **trạm vũ trụ** và họ có thể thực hiện những chuyến du lịch đến các **hành tinh** và các **vì sao**. Nhưng chắc chắn, những chuyến đi như thế trong tương lai sẽ không bao giờ có con tàu vũ trụ mang số hiệu 13 hoặc ngày xuất phát cũng sẽ không bao giờ được tiến hành vào thứ Sáu ngày 13.

Từ vựng (어휘)

điềm gở	징후	bùa chú	부적
cặn kẽ	충분히, 정확히	khốn nạn(困難)	곤난한
ráng	노력하다= cố	loạt số	수열
cổ xưa	오래된	bí hiểm(秘險)	신비의, 비밀의
gán cho	관련짓다	mê tín dị đoan (迷信異端)	미신이단
chiêm tinh học(占星學)	점성학	vũ trụ(宇宙)	우주
hành tinh(行星)	행성	bẩm sinh(禀生)	타고난, 천성의
cổ đại(古代)	고대의	linh thiêng	신성한
rủi ro	불행, 흉	cầu chúc(求祝)	소원하다 , 기원하다
độc ác(毒惡)	잔인한, 악독한	hài hòa(諧和)	조화를 이루다
hoàn hảo(完好)	완전한, 완벽한	bói toán	운수, 운명을 보다
chiết tự(折字)	글자를 분석하다	ngạ quỷ	굶주린 귀신
bát chè đỗ	팥빙수 종류	ranh con	교활한 놈(책망할 때 쓰는 말), 장난꾸러기
mang tiếng	악평하다	hủy diệt(毁滅)	완전히 부수어 없애다
thần thoại(神話)	신화	vị thần(位神)	신위
điềm xấu	흉조, 나쁜 징후	gắn biển	번호를 붙이다
rùng rợn	겁나는, 무서운	hủy bỏ	삭제하다
ma thuật(魔術)	마술	bất chấp(不執)	상관하지 않는, 불구하고
bướng bỉnh	완고한	điềm tiên tri	예고, 예언
vì sao	별	trạm vũ trụ(站宇宙)	우주정거장
xổ số	복권	ý tưởng(意想)	생각
tượng trưng(象徵)	상징	tai họa(災禍)	재난

Chú giải ngữ pháp (문법해설)

1

So sánh cách dùng một số câu điều kiện

Nếu	**A**	**thì**	**B**	**(1)**
Giá	**A**	**thì**	**B**	**(2)**
Có	**A**	**thì (mới)**	**B**	**(3)**

là những kết cấu điều kiện (giả thiết) - kết quả, hay còn gọi là các câu điều kiện. A, B là những mệnh đề tương ứng. Ở trường hợp (1) điều kiện (giả thiết) có thể xảy ra hoặc không xảy ra. Đối với trường hợp (2), biểu thị một điều kiện (hay giả thiết) mà người nói rất mong muốn xảy ra trong quá khứ nhưng trên thực tế nó lại không xảy ra nên người nói rất lấy làm tiếc về điều đó. Còn điều kiện hay giả thiết trong trường hợp (3) thường có tính bắt buộc, kéo theo và có thể đã xảy ra rồi hoặc chưa xảy ra.

이는 조건(가설) - 결과 형태 혹은 조건 문장이다. A와 B는 대등한 명제이다. (1)은 조건(가설)이 일어날 수도 혹은 일어나지 않을 수도 있는 경우이다. (2)는 조건(가설)이 과거에 일어났기를 바랐지만 실제로 일어나지 않아서 화자가 그 점에 대해 매우 안타깝게 여기는 경우이다. (3)은 조건 혹은 가설이 필수적 혹은 연속적으로 일어났거나 아직 일어나지 않을 수 있는 경우이다.

Ví dụ

- **Nếu** chiều nay mưa, rét **thì** chúng tôi (sẽ) không đến thăm chị được. (a)
- **Nếu** tôi là anh **thì** tôi sẽ không đối xử với chị ấy như vậy. (b)
- **Giá** mình không nói với chị ấy **thì** mọi chuyện sẽ tốt đẹp hơn.
- **Có** học xong năm thứ nhất **thì mới** được học năm thứ hai.

Luyện tập (어음 연습)

A 1. Tìm các từ trái nghĩa với các từ dưới đây -

cổ đại →

điềm xấu →

rủi ro →

bướng bỉnh →

độc ác →

mê tín →

xấu xa →

gắn vào, lắp vào →

phổ biến →

hài hòa →

2. Hãy chọn từ đồng nghĩa thay thế cho từ gạch chân trong những câu dưới đây:

- Nhiều điều mê tín chung quanh những con số có cơ sở khoa học và **<u>bắt nguồn</u>** từ thế giới tự nhiên.

a. bắt chước

b. nguồn sống

c. khởi nguồn

- Người ta tin rằng, đứa trẻ thứ 7 khi sinh ra sẽ có thiên tài **bẩm sinh**.

  a. thiên bẩm

  b. bẩm báo

  c. thiên thời địa lợi

- Người Ashati ở Ga-na lại cho con số 5 là một con số vô cùng **rủi ro**.

  a. co ro

  b. tai họa

  c. tủi thân

- Số 5 được coi là con số **linh thiêng** và may mắn ở Ai-Cập.

  a. linh hoạt

  b. thiêng liêng

  c. khó khăn

- Thời cổ đại Hy-Lạp và Ai-Cập cho rằng số 4 là con số tượng trưng cho sự **hài hòa**.

  a. hài âm

  b. hòa âm

  c. hòa hợp

- Các ông chủ khách sạn rất ít khi **gắn** biển số 13 vào phòng.

  a. lắp

  b. điền

  c. gắn bó

- Không có một điều gì **bướng bỉnh** như mê tín dị đoan.

  a. ngang dọc

  b. ngang bướng

  c. nằm ngang

3. Trả lời các câu hỏi theo nội dung bài đọc -

- Pitago (Pythagoras) đã tin vào điều gì ?
- Điều đặc biệt gì thường xảy ra với đứa trẻ thứ bảy ?
- Người ta đã giải mã như thế nào về giấc mơ lặp đi lặp lại 3 lần ?
- Người ta đã tin cứ mấy năm thì sẽ xảy ra một sự thay đổi lớn trong cuộc đời mỗi con người ?
- Ở nước nào số 5 được coi là con số linh thiêng, may mắn ?
- Còn số 4 được quan niệm thế nào ở Hy Lạp và Trung Quốc ?
- Con số 13 được quan niệm thế nào trên thế giới ?
- Dựa vào cơ sở nào mà người ta cho rằng con số 13 là một con số không may mắn ?
- Vì sao các ông chủ khách sạn không muốn gắn con số 13 vào các phòng khách sạn của mình ?
- Bạn có tin những điều mê tín đã được đề cập trong bài đọc này không ? Vì sao ?
- Bạn cũng là một người mê tín ?

4. Thử giải thích các từ và nhóm từ sau -

thế giới tự nhiên →

mê tín dị đoan →

nhà chiêm tinh học →

tướng số →

bói toán →

thầy bói →

rủi ro →

5. Thảo luận -

1) Bạn có phải là người hay mê tín không ?

- Nếu không, vì sao ?
- Nếu có, vì sao ?

2) Bạn hãy cho biết:

- Ở đất nước bạn có những điều mê tín nào ?
- Bạn có tin vào những con số không ? Con số nào là con số may mắn và con số nào là con số xui xẻo ở đất nước của bạn ?
- Trong dãy số tự nhiên, bạn thích con số nào nhất ? Vì sao ?

3) Bạn hãy miêu tả một điều được quan niệm là may mắn và một điều xui xẻo hiện đang tồn tại ở đất nước bạn ?

4) Bạn hãy cho biết ở đất nước bạn, người ta có tin vào những điều được liệt kê dưới đây hay không ?

- Ở một số nước châu Á, mọi người tin rằng họ sẽ trở thành mèo khi họ chết.
- Một số người cho rằng cắt móng tay, móng chân vào ngày Chủ nhật sẽ mang lại cho họ những điều may rủi.
- Một số thủy thủ tin rằng nếu đeo hoa tai sẽ tránh được họa chết đuối.
- Ở một số nước, người ta cho rằng nếu ai đó làm đổ muối ra bàn chắc chắn sẽ gặp phải tai họa.
- Nhiều người cho rằng giấc mơ có liên quan đến tình trạng sức khỏe của bạn.
- Một số người tin là nếu bạn mơ về đồng ruộng, về quê hương, về biển và đại dương, về một chuyến đi thì chắc chắn bạn là người bị bệnh tim.
- Nhiều người tin rằng, khi bạn đi đâu, hay bắt đầu làm gì mà gặp phụ nữ thì chắc chắn chuyến đi và công việc của bạn sẽ không thuận lợi.
- Ở nhiều nước cho rằng số lẻ là con số không mang lại may mắn.
- Một số dân tộc quan niệm hắt nước vào nhau sẽ mang lại may mắn và hạnh phúc cho nhau.
- Nhiều người tin rằng, nếu bạn làm vỡ gương thì bạn sẽ gặp tai họa.

B 1. Hãy nối các mệnh đề cho dưới đây với "Nếu … thì …":

- Anh ấy không hỏi / Tôi sẽ không trả lời.
- Họ đến muộn / Chúng tôi sẽ không đi với họ.
- Ngày mai thời tiết đẹp / Chúng tôi sẽ đi dã ngoại.
- Anh ta gọi điện cho tôi / Tôi sẽ trả lời ngay.
- Tôi là chị / Tôi không bao giờ đối xử với anh ấy như vậy.
- Sau này có tiền / Tôi sẽ đi du học ở nước ngoài.
- Anh là tôi / Anh sẽ giải quyết vấn đề đó thế nào ?
- Bị nhỡ xe buýt / Tôi sẽ đi bằng tắc xi.

2. **Hãy nối các mệnh đề cho dưới đây với** "Giá … thì …":

- Sáng nay anh ta không đến muộn / Mình sẽ được đi chơi cùng anh ấy.
- Sáng nay không bị tắc đường / Mình sẽ không đến lớp muộn như thế.
- Mình cư xử khéo léo hơn / Anh ta sẽ không nói lời chia tay với mình.
- Chị ấy học tập chăm chỉ hơn / Chị ấy sẽ không bị trượt.
- Họ đi lại cẩn thận hơn / Họ sẽ không bị tai nạn.
- Mính biết trước / Tình hình sẽ không tồi tệ đến vậy.
- Trong thời gian ở Việt Nam mình học tiếng Việt nhiều hơn / Bây giờ tiếng Việt của mình tốt hơn nhiều.
- Trước đây mình chọn học môn khác / Bây giờ dễ tìm được việc làm hơn.

3. *Bạn hãy hoàn thiện các câu dưới đây với các kết cấu điều kiện phù hợp*:

- Có nhiều tiền / Tôi sẽ mua ô tô.
- Chị là tôi / Giải pháp của chị về vấn đề này thế nào ?
- Ông ta lái xe cẩn thận hơn / sẽ không bị tai nạn.
- Ăn uống điều độ / sức khỏe tốt.
- Trước đây nghe theo lời khuyên của bố mẹ / Mình không hút thuốc lá nhiều

như bây giờ.

- Bố tôi thường dạy tôi: "Ở đời bao giờ cũng vay / trả".
- Tôi là anh / Tôi sẽ từ chối làm việc đó.
- Mình cẩn thận hơn khi làm bài / Kết quả thi sẽ tốt hơn nhiều.
- Chị ấy giải thích rõ cho anh ấy hiểu / Anh ấy sẽ không hiểu lầm.
- Sáng nay mang theo ô / Bây giờ sẽ không bị ướt.

Bài tập viết

1. Tập đọc nhanh: *đầu tiên bạn hãy đọc và hiểu thật kỹ các ý chính đã cho dưới đây. Sau đó, bạn hãy đọc nhanh các đoạn văn trong các ô vuông rồi ghép các ý chính đã đọc vào các ô vuông sao cho hợp nghĩa. Ví dụ: A là nội dung chính của đoạn 4.*

2.

Nhìn mặt mà bắt hành dong

A. Một khoa học nghiên cứu về cục u trên đầu con người.

B. Một số tương ứng giữa vẻ bên ngoài với tính cách bên trong con người.

C. Hình dáng, vị trí của cục u có liên quan đến khả năng của con người.

D. Một số tương ứng giữa các cục u với khả năng bên trong con người.

E. Một khoa học tìm hiểu đặc trưng con người dựa trên dáng vẻ, nét mặt, ánh mắt nhìn ···

F. Những ấn tượng khi gặp nhau lần đầu tiên có thể nói lên nhiều điều.

G. Hình dáng cơ thể con người không có quan hệ gì đến đặc tính bên trong cả.

1	

Người có khuôn mặt tròn là những người rất tự tin. Người có xương gò má nhô cao là người có tính cách mạnh; người mũi nhọn thường là những người tò mò. Người có lông mày rậm là những người quả quyết, dứt khoát; người có đôi mắt tròn, ướt là những người hay mộng mơ; người môi trễ là những người hay tự mãn, hãnh diện; còn người môi nhọn thường thích ra lệnh cho người khác…

2	

Các chuyên gia não tướng học cho rằng, người có cục u nằm giữa mũi và trán là những người quí phái và thích cái đẹp; cục u ở phía sau vành tai là dấu hiệu của những người gan dạ, thích mạo hiểm; một cục u nhỏ ở giữa trán là những người có trí nhớ tốt và luôn khao khát tìm hiểu; cục u nằm trên đỉnh đầu là những người chuẩn mực về đạo đức …

4	

Trong những năm gần đây người ta nói nhiều đến não tướng học (phrenology), một khoa học nghiên cứu về các cục u (bump) trên đầu con người. Các nhà não tướng học đã phát hiện ra khoảng 40 cục u khác nhau. Họ cho rằng, những cục u này cũng có liên quan đến trí thông minh và tính cách con người.

5	

Các nhà tướng mạo còn tiến hành nghiên cứu mối quan hệ giữa đặc trưng bên trong với hình dáng bên ngoài của con người, như: hình dáng của đầu, độ dài và độ lớn của cổ, màu sắc và độ dày của tóc, hình dáng của mũi, miệng, mắt và cằm…Họ cho rằng, hình dáng khác nhau bên ngoài của con người đều ứng với một số đặc trưng bên trong của họ.

3	

Bạn đã bao giờ cảm thấy lo sợ hay thực sự bị lôi cuốn trước một ánh mắt, một khuôn mặt, một dáng vẻ của một người nào đó chưa ? Khi lần đầu gặp mặt, ai cũng có những ấn tượng về dáng vẻ bên ngoài của đối tượng. Những ấn tượng này có thể giúp bạn phán đoán ra nhiều điều, trong đó có thể đúng và có thể sai. Theo một số chuyên gia, nét mặt, ánh mắt nhìn và cơ thể nói cho chúng ta nhiều điều về tính cách bên trong của con người.

6	

Thuật xem tướng mạo (physiognomy) xuất hiện từ thời cổ đại. Đây là một khoa học dựa trên những đặc trưng của cơ thể để đọc ra bản chất của con người. Chẳng hạn, người cổ đại Hy Lạp đã từng so sánh mặt người với mặt ngựa và mặt đại bàng rồi người ta cho rằng, người có khuôn mặt giống ngựa, là những người trung thành, dũng cảm và có uy; còn người có mũi giống mũi đại bàng là những người sẵn có tính kiên trì, gan dạ nhưng lại kiêu căng.

2. Hãy sắp xếp lại nội dung bài đọc theo thứ tự trước - sau (viết):

Bài 13

BÁO CHÍ VÀ TRUYỀN HÌNH

Vietnamese Conversation 4

Hội thoại (회화)

Nam: Có một bài hát vừa mới được biểu diễn tối qua mà đã gây sốt trong giới trẻ, báo chí khen ngợi quá chừng, chị biết chưa?

Lan: Bài hát tên gì? Ca sĩ là ai hả anh?

Nam: Tên ca sĩ thì tôi không nhớ nhưng nội dung bài hát là so sánh tình yêu thời ông bà mình, thời chưa có ti vi với tình yêu nam nữ thời nay, thời Facebook, Twitter gì đó.

Lan: Có phải ý bài hát là thời ông bà mình tình cảm đối với nhau sâu sắc, thời gian dành cho nhau được quý trọng, còn thời nay dẫu ngồi cạnh nhau mà không ai nói với ai câu nào, chỉ lo bấm bấm điện thoại, lướt web không?

Nam: Đúng rồi! Sao chị đoán hay vậy?

Lan: Thì người Việt mình vẫn chuộng những tình cảm giản dị, ấm áp mà. Nói vậy chứ, sự ảnh hưởng của công nghệ thông tin, mạng xã hội đến cách sống của con người hiện đại là một xu hướng không thể đảo ngược.

Nam: Thế, theo chị, đặc điểm của quá trình chuyển đổi từ xã hội cổ truyền sang xã hội hiện đại là gì?

Lan: Là sự chuyển tiếp từ hệ thống thông tin truyền miệng thời xa xưa sang truyền thông đại chúng thời hiện đại (báo chí, xuất bản, truyền thanh, truyền hình, ...), rồi bây giờ là truyền thông của đại chúng.

Nam: Tôi chưa rõ lắm. Sự khác nhau giữa truyền thông đại chúng và truyền thông của đại chúng là gì? Chị có thể nói chi tiết hơn không?

Lan: Theo các nhà nghiên cứu, trước đây không lâu, các hệ thống truyền thông đại chúng do các tổ chức chuyên nghiệp đảm trách. Thông tin được đưa ra thông qua lăng kính, sự chọn lọc của phóng viên, nhà báo. Hiện nay, với sự xuất hiện của Internet và các mạng xã hội, những người dân bình thường được tạo cơ hội phát ngôn, tương tác. Chính sự thay đổi này tạo ra sự thay đổi mạnh mẽ về ứng xử xã hội.

Nam: Đúng vậy. Truyền thông đại chúng giờ đã không còn là lãnh địa riêng dành cho một số người theo phương thức tập trung hóa mà đã trở thành công cụ tương tác, chia sẻ quyền lực thông tin, tạo sự giao tiếp khá bình đẳng giữa những người có cùng mối quan tâm.

Lan: Nhưng vai trò của giới trí thức, của các nhà khoa học, nhà giáo, sử gia, chính trị gia, ... cũng rất quan trọng trong việc giám sát, đại diện cho những lợi ích của công chúng; giúp phá bỏ những định hướng sai trái, những dư luận xấu được tung ra vì lợi ích của một nhóm người nào đó; giúp công chúng nhận diện được đâu là sự thật, đâu là hỏa mù.

Nam: Tôi cũng nghĩ việc tham gia vào các mạng xã hội có hai mặt tốt và xấu. Tuy nhiên, điều tuyệt nhất, khó thể phủ nhận là nó giúp chúng ta tiếp xúc được nhiều tư tưởng khác nhau và biết được những vấn đề công cộng có tính toàn cầu. Các định chế chính trị truyền thống bị phá vỡ.

Lan: Với ý nghĩa này, có thể nói, mạng xã hội đã mở rộng không gian công cộng và công luận công cộng. Vì vậy, thời nay không còn là thời truyền thông đại chúng nữa mà đã là thời truyền thông xã hội, truyền thông của đại chúng, ⋯

Bài đọc (독해)

Khám phá tâm lý …

Theo nghiên cứu mới đây của các nhà **tâm lý học** thì có một điều rất **nghịch lý** trong tâm lý của người châu Á, đó là trong quan hệ với con cái, các bậc làm cha làm mẹ rất dễ **bộc lộ** những cảm xúc nóng giận trong khi lại rất ngại ngùng biểu lộ những tình cảm yêu thương.

Nhiều kết quả điều tra cho thấy, trong **đại đa số** các ông bố, bà mẹ người châu Á có hiện tượng những lời nói yêu thương của họ càng ngày càng giảm dần **tỷ lệ thuận** với số tuổi tăng dần của con cái. Khi đứa trẻ còn nhỏ, đặc biệt là từ 1 tháng đến 4 năm tuổi, bố mẹ thường rất tự nhiên khi bộc lộ tình cảm yêu thương đối với chúng. Họ sử dụng nhiều các ngôn từ, **đại loại như**: "Con yêu của mẹ!", "Bố yêu con lắm!" "**Cục cưng** của bố mẹ", "Con trai yêu …, con gái yêu …" …v.v. Và khi những đứa trẻ lớn dần, thay vì phải biểu lộ tình cảm nhiều hơn thì các bậc **phụ huynh** lại "**cắt xén**" đến mức **triệt để**.

Thứ hai là, các bậc làm bố làm mẹ châu Á không có thói quen trò chuyện với con cái. Rất nhiều phụ huynh **than thở** rằng, con cái càng lớn thì chúng càng **xa rời** vòng tay của họ. Họ không thể hiểu được chúng, không biết chúng đang nghĩ gì …?. Tại sao khi còn nhỏ chúng dễ bảo thế, đáng yêu thế …, mà lớn lên thì lại rất khó bảo và ít vâng lời ? Theo các chuyên gia tâm lý, một lý do chính, đó là các bậc cha mẹ đã không tạo được thói quen trò chuyện với con cái cũng như không có thói quen nghe những **tâm sự** của con trẻ.

Thứ ba là, các bậc phụ huynh châu Á không quen nói lời "xin lỗi" với con. Có một điều **kỳ lạ** và nghịch lý là trong khi dạy dỗ con cái, họ luôn dạy chúng phải biết nói xin lỗi khi làm sai, khi nói sai hoặc khi hiểu sai một điều gì đó; phải biết nói cám ơn khi nhờ ai đó làm gì, khi mình đã được người khác giúp đỡ…; nhưng trái lại, các bậc phụ huynh lại không sẵn sàng nói lời xin lỗi khi **trách mắng oan** hay cư xử không phải với con cái. Ở những trường hợp này, các bậc làm bố làm mẹ thường **xuề xòa** hoặc **đánh trống lảng** thay vì nói "Bố, mẹ xin lỗi vì …".

Nhiều bậc cha mẹ thời nay do **mải** làm ăn nên thường **phó mặc** con cái cho người khác. Sự thiếu quan tâm này dễ tạo nên những đứa trẻ **hung hăng**, khó thân thiện. Những cuộc thử nghiệm trên động vật cho thấy, những con vật thường xuyên được **vuốt ve**, chăm sóc tỏ ra **bạo dạn**, dễ gần gũi hơn. Chúng lớn nhanh, ít bệnh tật và **lanh lợi**. Ngược lại, những hành vi **thờ ơ, lãnh đạm** của chủ khiến cho những con vật nuôi trở nên **nhút nhát**, khó bảo, **e dè** …

Đối với trẻ em cũng vậy, sự **âu yếm** của bố mẹ có vai trò quan trọng, quyết định phần lớn quá trình hình thành **nhân cách** của trẻ.

Từ vựng (어휘)

dẫu	…할지라도=dù	đảm trách(擔責)	책임을 지다
tương tác(相作)	서로 작용하다	hỏa mù	화염, 연막
giao lưu(交流)	교류	chủ đề(主題)	주제
tâm lý học(心理學)	심리학	nghịch lý(逆理)	역리의
bộc lộ(暴露)	폭로하다, 드러내다	ngại ngùng	망서리다, 주저하다, 꺼리다
xu hướng(趨向)	경향	lăng kính(稜鏡)	관점
lãnh địa(領地)	영주의 땅, 영지	tuyệt(絶)	완전한, 절대적인
đại đa số(大多數)	대다수	tỷ lệ thuận(比例順)	찬성비율
đại loại như	일반적으로, 대체적으로	cục cưng	귀염둥이, 사랑스러운 것
thay vì	대신하다	phụ huynh(父兄)	부형
cắt xén	자르다	triệt để(徹底)	철저하다
than thở	탄식하다	xa rời	멀리 떨어진
tâm sự(心事)	진의, 진심	kỳ lạ	특이한, 이상한
trách mắng	책망하다	oan (sai)(冤)	부당한, 억울한
xuề xòa	소탈하게, 편하게, 까다롭지 않은	đánh trống lảng	돌려서 말하다, 화제를 돌리다
mải (mê)	~에 빠지다, 몰입하다	phó mặc	맡기다
hung hăng	흉폭한, 사나운	bạo dạn	겁없는, 용감한
lanh lợi(怜 悧)	영리한, 총명한	thờ ơ	무관심한,냉담한
lãnh đạm(冷淡)	냉담한	nhút nhát	소심한, 대범하지 못한
e dè	소심한, 겁 많은	âu yếm	귀여워하다
nhân cách(人格)	인격	vuốt ve	쓰다듬다, 귀여워하다

Chú giải ngữ pháp (문법해설)

1

So sánh cách dùng một số câu điều kiện (tiếp)

Hễ (= cứ)	**A**	**là**	**B**	**(4)**
Nhỡ	**A**	**thì**	**B**	**(5)**

là những kết cấu điều kiện (giả thiết) - kết quả, hay còn gọi là các câu điều kiện. A, B là những mệnh đề tương ứng. Ở trường hợp (4) điều kiện (giả thiết) mang tính lặp lại thường xuyên, xảy ra tất yếu giữa điều kiện và kết quả. Còn trường hợp (5), điều kiện (giả thuyết) thường có đặc trưng không thuận lợi, xấu.

이는 조건(가설) - 결과 형태 혹은 조건 문장이다. A와B는 상응하는 명제이다. (4)는 조건(가설)이 흔히 재발하는 속성을 띠며, 조건과 결과 사이에 반드시 일어나야 한다. (5)는 조건(가설)이 좋지 않은 특징을 갖는다.

Ví dụ

- **Hễ** nhận được thư của bố mẹ **là** tôi sẽ trả lời ngay.
- **Nhỡ** anh ta có vợ rồi **thì** cậu sẽ xử lý thế nào ?
- **Cứ** đọc thư của anh ấy **là** cô ấy khóc.
- **Nhỡ** trượt đại học **thì** chị sẽ làm gì ?

2 Chẳng + 동사 (형용사) + là gì

là kết cấu khẳng định sự vật, hiện tượng đã hoặc đang xảy ra một cách chắc chắn dù sử dụng các từ phủ định. Kết cấu này được sử dụng trong bối cảnh khi người nói muốn phủ định lại ý kiến, nhận xét của người đối thoại (có thể kèm theo những chứng cứ khá cụ thể, rõ ràng).

이 형태는 비록 부정어를 사용했어도, 분명히 일어났었던 혹은 일어나고 있는 사물, 현상을 강조할 때 쓰는 표현이다. 이 형태는 화자가 청자의 의견이나 판단을 부정하려고 할 때 쓴다. 이때는 명확하고 구체적인 증거들이 제시될 수 있다.

Ví dụ

- Hôm qua, cậu **chẳng** nói thế **là gì** !
- Hãy nhìn kìa ! Trời **chẳng** đang mưa **là gì**.

Luyện tập (어음 연습)

A 1. Tìm các từ trái nghĩa với các từ dưới đây -

triệt để →

xa rời →

nhút nhát →

lanh lợi →

bạo dạn →

tỷ lệ thuận →

đa số →

âu yếm →

hung hăng →

2. Hãy chọn từ đồng nghĩa thay thế cho từ gạch chân trong những câu dưới đây:

- Các bậc cha mẹ châu Á thường rất dễ **bộc lộ** những cảm xúc nóng giận và rất ngại ngùng bộc lộ những tình cảm yêu thương đối với con cái.

a. biểu lộ

b. lộ liễu

c. phát biểu

- Thay vì phải biểu lộ tình cảm nhiều hơn thì các bậc **phụ huynh** lại "cắt xén" đến mức triệt để.

  a. phụ tử

  b. huynh đệ

  c. làm cha làm mẹ

- Rất nhiều phụ huynh than thở rằng, con cái càng lớn thì chúng càng **xa rời** vòng tay của họ.

  a. rời bỏ

  b. rời khỏi

  c. xa xôi

- Các bậc phụ huynh lại không sẵn sàng nói lời xin lỗi khi trách mắng **oan** hay cư xử không phải với con cái.

  a. sai

  b. oan trái

  c. trái ngược

- Nhiều bậc cha mẹ thời nay do mải làm ăn nên thường **phó mặc** con cái cho người khác.

  a. mặc kệ

  b. giao phó

  c. mặc lòng

- Những con vật thường xuyên được vuốt ve, chăm sóc tỏ ra **bạo dạn**, dễ gần gũi hơn.

  a. mạnh dạn

b. gan dạ

c. dạn dày

- Chúng lớn nhanh, ít bệnh tật và **lanh lợi**.

a. có lợi

b. nhanh nhẹn

c. ích lợi

- Ngược lại, những hành vi thờ ơ, lãnh đạm của chủ khiến cho những con vật nuôi trở nên **nhút nhát**, khó bảo, e dè ···

a. hèn hạ

b. nhát

c. ươn hèn

3. Đọc - hiểu ý nghĩa chính. Sau đó tìm và khoanh tròn trường hợp đúng -

- Trong quan hệ với con cái, các bậc làm cha làm mẹ hay bộc lộ những cảm xúc nóng giận trong khi rất ít khi biểu lộ những tình cảm yêu thương.

a. Cha mẹ thường mắng mỏ con cái nhiều hơn là yêu thương chúng.

b. Quát mắng con bao giờ cũng dễ hơn là yêu thương chúng.

c. Bố mẹ thường yêu chiều con cái nhiều hơn là mắng mỏ chúng.

- Đối với các ông bố, bà mẹ châu Á có hiện tượng khi con cái càng ngày càng lớn dần thì những lời nói yêu thương của họ càng ngày càng giảm.

a. Tình cảm yêu thương của bố mẹ không hề giảm dần đối với con cái.

b. Trẻ càng lớn sẽ càng ít nhận được những sự âu yếm, vuốt ve.

c. Lời yêu thương của bố mẹ càng ngày càng tăng theo sự lớn lên của trẻ.

- Và khi những đứa trẻ lớn dần, thay vì phải biểu lộ tình cảm nhiều hơn thì các bậc phụ huynh lại "cắt xén" đến mức triệt để.

  a. Với trẻ đang lớn cần được vuốt ve, chăm sóc nhiều hơn.
  b. Chẳng cần phải nuông chiều trẻ quá nhiều.
  c. Trẻ càng lớn càng ít nhận được những lời yêu thương từ bố mẹ.

- Các bậc làm bố làm mẹ châu Á không có thói quen trò chuyện với con cái.
  a. Các phụ huynh châu Á luôn trò chuyện với con cái.
  b. Trò chuyện với con cái là điều không bao giờ xảy ra đối với các bậc phụ huynh ở châu Á.
  c. Các phụ huynh châu Á thỉnh thoảng trò chuyện với con cái.

- Một lý do chính, đó là các bậc cha mẹ đã không có thói quen nghe tâm sự của con trẻ.

  a. Các bậc cha mẹ ít khi lắng nghe tâm sự của con cái.
  b. Các bậc cha mẹ luôn luôn có thói quen nghe tâm sự của con cái.
  c. Nghe tâm sự của con cái là thói quen thường nhật của các bậc cha mẹ.

- Các bậc phụ huynh châu Á không quen nói lời "xin lỗi" với con.
  a. Hầu như không bao giờ các phụ huynh châu Á nói lời "xin lỗi" với con.
  b. Các phụ huynh châu Á nói lời "xin lỗi" với con thường xuyên.
  c. Các phụ huynh châu Á vẫn thường xuyên nói lời "xin lỗi" với con.

- Nhiều bậc cha mẹ thời nay do mải làm ăn nên thường phó mặc con cái cho người khác.

  a. Bố mẹ càng mải làm ăn càng có điều kiện chăm sóc con cái.

b. Thời nay, con cái ít khi được sự chăm sóc trực tiếp của bố mẹ.

c. Nếu không làm ăn thì sẽ không có điều kiện chăm sóc trẻ.

- Đối với trẻ em cũng vậy, sự âu yếm của bố mẹ có vai trò quan trọng, quyết định phần lớn quá trình hình thành nhân cách của trẻ.

a. Sự chăm sóc trực tiếp của bố mẹ quyết định nhân cách của trẻ.

b. Sự chăm sóc trực tiếp của bố mẹ chỉ quyết định một phần nhân cách của trẻ.

c. Sự hình thành nhân cách của trẻ không liên quan gì đến sự chăm sóc của bố mẹ.

4. Trả lời các câu hỏi theo nội dung bài đọc -

- Theo các nhà tâm lý học thì có một điều nghịch lý gì đối với các bậc làm cha làm mẹ người châu Á ?
- Kết quả điều tra cho chúng ta thấy điều gì ?
- Ở thời điểm nào đứa trẻ nhận được nhiều lời yêu thương nhất ?
- Theo các nhà tâm lý vì sao con cái càng lớn càng xa rời bố mẹ ?
- Hãy cho biết những lý do làm cho những đứa trẻ thời nay trở nên ích kỷ và hung hăng ?
- Những cuộc thí nghiệm trên động vật cho chúng ta kết quả thế nào ?
- Sự âu yếm của bố mẹ có vai trò như thế nào đối với trẻ ?
- Với tư cách là một người bố, người mẹ bạn thấy những cảnh báo trên đây có hợp lý không ? Vì sao ?
- Hãy liên hệ với trường hợp cụ thể của bạn ?

5. Thử giải thích các từ và nhóm từ sau -

nghịch lý →

phụ huynh →

phó mặc →

mải làm ăn →

đại loại như →

đánh trống lảng →

trách mắng oan →

nhân cách →

"Thương cho roi cho vọt
Ghét cho ngọt cho bùi" →

6. Thảo luận -

1) Bạn đồng ý hay phản đối. Cho biết lý do:

- Khi lý giải tại sao các bậc làm cha làm mẹ châu Á có hiện tượng ít bộc lộ tình cảm yêu thương đối với con trẻ, người ta giải thích là *do đặc tính của người châu Á sống nội tâm, ít bộc lộ tình cảm ra bên ngoài, có yêu thương thì thể hiện bằng hành động, qua cách sống …* ? Bạn thấy thế nào ?

- Trả lời câu hỏi tại sao trẻ em ngày nay khó dạy hơn, người ta giải thích là do *chúng có quá ít cơ hội tiếp xúc với các bạn đồng trang lứa. Chúng bị ép học quá nhiều từ các môn văn hóa đến các môn kỹ thuật, thậm chí cả những môn không thuộc sở thích và năng khiếu của chúng* ··· Bạn có đồng ý không ? Hãy cho biết lý do ?

- Các cuộc khảo sát cho thấy, *những đứa trẻ sống trong trại mồ côi hoặc ở các nhà tình thương thường có biểu hiện ngang bướng, hay tủi thân, thiếu tự tin, kém thân thiện hơn so với những đứa trẻ sống chung với bố mẹ.* Bạn có đồng ý không ? Tại sao ?

3) Hãy đưa ra những lời khuyên của bạn:

- Bố mẹ có nên hình thành thói quen trò chuyện với con cái không ? Vì sao nên như vậy ?
- Bố mẹ có nên "xin lỗi" con cái khi họ có những hành vi xử sự không đúng với chúng không ? Vì sao ?
- Bố mẹ có nên trở thành một "người bạn" của con cái không ? Vì sao ?
- Bố mẹ có nên phó mặc sự chăm sóc con cái cho người giúp việc không ? Vì sao ?

B 1. Tạo lập câu theo kết cấu điều kiện "hễ (cứ) ··· là ···":

- Cuối tuần / không học hành gì cả
- Ngủ / ngáy
- Cầm tờ báo hay cuốn sách / buồn ngủ
- Uống bia, rượu / nói nhiều
- Đến lớp muộn / có lý do
- Uống chè và cà phê / mất ngủ
- Nghe nhạc / nhún nhảy
- Bị ai nhắc nhở / khóc

2. Tạo lập câu theo kết cấu điều kiện " nhỡ ··· thì ":

- Mùa này, đi đâu nên mang theo áo mưa vì mưa rất bất chợt nên có thể bị ướt.
- Đi đêm nhiều gặp ma thì chị xử lý thế nào ?
- Sống một mình một phòng khi bị ốm đau ai sẽ đưa anh đi bệnh viện ?
- Khi ra trường chưa tìm được việc làm ngay bạn sẽ làm gì ?
- Các bạn khẳng định chắc chắn như vậy ví dụ không đúng thì ăn nói thế nào với họ ?
- Năm nay anh không tốt nghiệp thì có làm sao không ?
- Đi cầu thang máy thế này mất điện thì làm sao nhỉ ?

3. Hãy hoàn thiện các câu dưới đây với các kết cấu điều kiện phù hợp:

- Anh ấy hay đến lớp muộn nên đã bị thầy giáo phê bình.
- Họ lái xe quá ẩu nên đã bị tai nạn.
- Vì các bạn không ôn tập cẩn thận nên đã bị điểm kém.
- Sáng mai, trời mưa chúng ta có đi chơi không ?
- Vào lễ Chu-sok là mọi người về quê.
- Tôi có tiền tôi sẽ đi du lịch khắp thế giới.
- Vào dịp nghỉ cuối tuần là chúng em ở nhà và ngủ.
- Thi trượt, em sẽ làm gì ?
- Tôi còn trẻ, tôi sẽ trở thành bác sĩ.
- Phải nói trước đám đông là chị ấy rất lúng túng.
- Hè năm ngoái mình đi học ở Việt Nam thì bây giờ tiếng Việt sẽ tốt hơn.
- Cuối tháng bố mẹ tôi sẽ gửi tiền cho tôi.
- Khi thi xong là tất cả sinh viên tập trung vào quán liên hoan.
- Khi uống cà phê họ thường hút nhiều thuốc lá.
- Không đỗ đại học, bố mẹ anh có mắng anh không ?
- Chị không nói thì làm sao tôi biết được.

4. Sử dụng kết cấu "… chẳng … là gì" phủ định các câu dưới đây:

Mẫu

- Chị ấy đã đi Việt Nam tuần trước.

→ Chị ấy chẳng đang ở Hàn Quốc là gì !

Tiếp tục với

- Mùa đông năm nay, ở Seoul không hề có tuyết.
- Anh ấy không hề nói với tôi như vậy.

- Con gái Hàn Quốc không bao giờ hút thuốc.
- Tối qua chúng tôi không đi uống rượu.
- Sáng nay chúng tôi không hề gặp cô ta.
- Tuần này các sinh viên mới về Hàn Quốc.
- Năm học ở Hàn Quốc không phải bắt đầu vào tháng 3 hàng năm.
- Các anh ấy không nói tiếng Việt.

Bài tập viết

1. Đọc nhanh bài báo dưới đây (không dùng từ điển)

Quảng cáo

Quảng cáo là một trong những vấn đề thiết yếu giúp công việc kinh doanh đạt hiệu quả. Như chúng ta thấy, không có doanh nghiệp nào thành đạt mà lại không có quảng cáo.

Quảng cáo xuất hiện lần đầu tiên trên một tờ báo tiếng Anh năm 1622. Sau đó nhiều tờ báo khác đã bắt chước và dành nhiều chỗ cho quảng cáo. Quảng cáo trên báo có ưu điểm là nó đem lại thông tin khá kịp thời, thậm chí đến cả những vùng xa xôi, hẻo lánh và có thể lưu trữ được. Tuy nhiên, quảng cáo trên báo ít được mọi người chú ý và quan tâm hơn quảng cáo trên các loại phương tiện thông tin đại chúng khác.

Trong thời đại hiện nay, quảng cáo có mặt ở khắp nơi; từ trên báo chí đến ti vi; từ các cửa hàng buôn bán công cộng đến các quán nước, quán ăn; từ dọc các đường phố đến tận các nóc nhà ⋯ Cả ở thành thị lẫn nông thôn, đâu đâu cũng nhìn thấy quảng cáo.

Có rất nhiều loại quảng cáo nhằm thu hút sự chú ý của mọi người. Tuy nhiên, loại quảng cáo kèm theo khuyến mại thường hấp dẫn nhất vì nó phù hợp với tâm lý người tiêu dùng. Phần lớn người tiêu dùng thích mua những sản phẩm có khuyến mại hơn là không.

Trong nhiều năm trở lại đây, các công ty cũng đã cân nhắc rất nhiều trong việc đưa ra những hình thức quảng cáo mới. Một số người cho rằng, đã có một sự cách tân trong quảng cáo, chẳng hạn như: sử dụng phiếu giảm giá, mua một tặng một, dùng hàng mẫu miễn phí, ⋯

Tóm lại, quảng cáo vừa có mặt mạnh vừa có những mặt hạn chế. Quảng cáo có thể làm cho nhiều công ty, xí nghiệp phất lên một cách nhanh chóng nhưng lại cũng có thể làm cho những công ty, xí nghiệp khác phá sản.

(Phỏng theo báo "Thanh Niên", ngày 05/05/2006)

2. Trả lời nhanh các câu hỏi sau:

- Hãy cho biết vai trò của quảng cáo trong kinh doanh ?
- Quảng cáo trên báo chí có những ưu thế nào ?
- Quảng cáo thường xuất hiện ở những đâu ?
- Mục đích của quảng cáo là gì ?
- Vì sao người ta luôn đưa ra những chiêu quảng cáo mới ?
- Tính hai mặt của quảng cáo là gì ?

3. Đọc lại các đoạn văn trên. Sau đó viết lại nội dung của chúng từ 1 đến 2 câu sao cho vẫn giữ nguyên được nội dung của cả đoạn. Ví dụ:

Đoạn 1 có thể viết thành:

→ Quảng cáo là một vấn đề thiết yếu **đến nỗi** không có doanh nghiệp nào thành đạt mà lại không có quảng cáo.

Tiếp tục với các đoạn còn lại:

Đoạn 1.

Đoạn 2.

Đoạn 3.

Đoạn 4.

Đoạn 5 .

Đoạn 6.

Bản ghi nhớ

Bài 14

TÔN GIÁO VÀ TÍN NGƯỠNG

Vietnamese Conversation 4

Hội thoại (회화)

Mai: Tối qua chị có xem chương trình "Giọng hát Việt nhí" (The Voice Kids of Vietnam) không? Hay lắm chị ạ.

Hoa: Tối qua nhà có khách ghé thăm, chị lu bu lo tiếp khách nên không xem được. Hôm qua là vòng chung kết phải không? Bé nào giành được giải quán quân hả em?

Mai: Bé Thiện Nhân đó chị. Mới 12 tuổi mà hát quá xuất sắc, em nghe mà 'nổi da gà' luôn. Nhờ cô bé này em mới biết có một thể loại âm nhạc gọi là hát chầu văn.

Hoa: À, ngày còn bé ở ngoài Bắc, chị hay theo bà và mẹ đi cúng đền Mẫu, nghe hát chầu văn.

Mai: Em thường nghe nói 'đãi một chầu phở', 'khao một chầu xi nê', chầu đó có liên quan gì đến hát chầu văn không chị?

Hoa: À, 'chầu' mà em nói có nghĩa là một bữa ăn uống hay vui chơi. Còn chầu trong hát 'chầu văn' thì có ý nghĩa khác.

Mai: Khác thế nào hả chị?

Hoa: 'Chầu' trong 'chầu văn' là đến hầu vua trong cung đình để chờ nghe lệnh, giống như ngày nay mình nói đi họp; còn 'văn' là 'cung văn' để chỉ những người chuyên hát những bài văn, những lời khấn nguyện, tán tụng của con người gửi đến thần thánh khi thực hành tín ngưỡng thờ Mẫu, em à. Việc thực hành tín ngưỡng này bao gồm nhiều hình thức như lễ hội, lên đồng, hát văn, cầu cúng, ...với những yếu tố văn hóa dân gian như trang phục, âm nhạc, múa kết hợp một cách nghệ thuật.

Mai: Ồ, hay quá. Chị có nhớ lời hát chầu văn nào không? Em muốn nghe thử.

Hoa: Nghe chị hát nhé. Đây là lời khấn nguyện của khách hành hương:

Con đi cầu lộc, cầu tài,
cầu con, cầu của, gái trai đẹp lòng,
gia trung nước thuận một dòng,
thuyền xuôi một bến, vợ chồng ấm êm.

Hoa: Nghe nói cung văn cũng hát những câu tán tụng, kể lại sự tích, lai lịch của các vị thánh nữa, phải không chị?

Mai: Ừ. Chị có một đĩa hát về thể loại này, em lấy về mà nghe.

Hoa: Dạ, em cám ơn chị. Sẵn chị đang rảnh, giải thích cho em nghe về tín ngưỡng thờ Mẫu với.

Hoa: Mẫu là mẹ, thờ mẫu là thờ mẹ, và mẹ ở đây có nguồn gốc từ tín ngưỡng thờ nữ thần xưa, lúc con người tin vào quyền năng sinh sôi của nữ thần và mong chờ sự bảo vệ, che chở của mẹ là nữ thần.

Mai: Vậy nữ thần và mẫu thần là một hả chị?

Hoa: Là hai nhưng cũng xem như một. Các thánh mẫu mà người Việt thờ cúng là những vị nữ thần từ các câu chuyện thần thoại, truyện kể dân gian. Chẳng hạn tín ngưỡng thờ Mẫu Tam phủ ở miền Bắc, vừa mới được Unesco công nhận là văn hóa phi vật thể thế giới. Trong tín ngưỡng này, người dân thờ ba vị Thánh Mẫu là Mẫu Liễu Hạnh, con gái của Ngọc hoàng Thượng đế; Mẫu Thượng Ngàn, con gái của Sơn tinh, trong truyện Sơn tinh Thủy tinh; Mẫu Thoải, con gái thần biển. Ngoài ra, Thánh Mẫu với người Việt trên khắp đất nước còn là những người mẹ có thật trong lịch sử được dân gian kính trọng mà thờ cúng như đền thờ Bà Tấm thờ Hoàng thái hậu Ỷ Lan, mẹ ruột của Hoàng đế Lý Nhân Tông (1066-1128) hoặc những vị nữ anh hùng trong lịch sử như đền thờ Hai Bà Trưng, đền thờ Bà Triệu, ...

Mai: Vậy trong tâm thức của người dân, họ đã dung hòa hai hình tượng này làm một.

Hoa: Đúng vậy. Đây cũng là nét tâm linh văn hóa truyền thống đặc sắc. Nó thể hiện sự tiếp nối của đời sống tâm linh truyền thống với hiện đại. Những con người bình thường, nếu hết lòng, hết sức, có những đóng góp to lớn, giá trị cho cộng đồng, đất nước; có nếp sống đạo đức, thanh cao thì khi chết cũng được người dân kính trọng, tôn thờ như thần, thánh.

Mai: À, như vậy sự tôn thờ không chỉ giới hạn ở những người nữ nữa mà bất cứ ai có những thành quả xuất sắc, trọn đời hy sinh, xả thân vì nhân dân là được tôn thờ phải không chị?

Hoa: Đúng vậy. Ngoài tín ngưỡng thờ Mẫu, người Việt cũng thờ cúng những anh hùng dân tộc, những bậc đạo cao, đức trọng như các vị thánh. Em có thể thấy rõ điều này khi đi thăm đền thờ Đức Thánh Trần (Trần Hưng Đạo), Lăng Ông Lê Văn Duyệt, đền thờ Cụ Nguyễn Đình Chiểu, Cụ Phan Thanh Giản, ...

Bài đọc (독해)

Các tôn giáo ở Việt Nam

Tôn giáo là một hiện tượng xã hội - văn hóa nên nó cũng **tuân theo** những quy luật **vận hành** của văn hóa nói chung. Có những tôn giáo ra đời và phát triển trong lòng một dân tộc (tôn giáo **nội sinh**), cũng có những tôn giáo du nhập từ các dân tộc khác (tôn giáo ngoại nhập). Đó là tình hình chung về tôn giáo ở hầu hết các nước trên thế giới. Tuy nhiên, tôn giáo ở mỗi nước có những nét đặc thù riêng của mình.

Hàng nghìn năm qua, có nhiều tôn giáo từ nước ngoài du nhập vào Việt Nam: Phật giáo từ Ấn Độ, **Nho giáo, Lão giáo** từ Trung Quốc, **Thiên Chúa giáo, Tin Lành** từ phương Tây, … Bên cạnh đó, có một số tôn giáo nảy sinh từ một bộ phận trong cộng đồng người Việt Nam, như Cao Đài, Hòa Hảo, …v.v. Mặc dù có nhiều tôn giáo, nhưng nhìn chung ở Việt Nam từ xưa đến nay không có sự **xung đột** tôn giáo. Các tôn giáo ở Việt Nam luôn có sự **hòa hợp**, cùng tồn tại, cùng phát triển. Các **tín đồ** dù thuộc nhiều tôn giáo khác nhau nhưng đều chung một mục đích "tốt đời đẹp đạo" cùng **phấn đấu** cho một đất nước Việt Nam phồn thịnh.

Phật giáo ở Việt Nam có đủ cả hai dòng: dòng Nam Tông và dòng Bắc Tông. Dòng Nam Tông xuất phát từ Ấn Độ, được du nhập vào Việt Nam trong khoảng thời gian từ năm 159 đến năm 189 (sau CN). Còn dòng Bắc Tông có nguồn gốc từ Trung Quốc và đã đến Việt Nam với thời gian sớm hơn.

Trong một thời gian dài, từ thế kỷ thứ 10 đến thế kỷ 14, Phật giáo ở Việt Nam đã phát triển **cực thịnh**, trở thành **quốc giáo**. Chùa trở thành trung tâm văn hóa của làng xã. Sự nghiệp giáo dục về văn hóa, đạo đức cho dân chúng do các **nhà sư** đảm nhiệm. Làng nào cũng có chùa. Dân chúng học chữ, học kinh, hội hè, họp chợ sôi nổi khắp nơi và ở ngay trước chùa. Chùa thực sự đã trở thành một trung tâm văn hóa tinh thần của cộng đồng làng xã. Đến thế kỷ 15, Nho giáo thay thế vai trò của Phật giáo trong lĩnh vực **thượng tầng** xã hội.

Ở Việt Nam trước đây có 3 học thuyết về tôn giáo: Nho, Phật, Đạo (Lão), thường gọi là Tam Giáo. Nho giáo đã bắt đầu xuất hiện từ ngàn năm trước Công nguyên nhưng chỉ đến khi có vai trò của Khổng Tử (551-478 tr.CN) mới trở thành một hệ thống. Đó là một học thuyết đạo đức chính trị, **chủ trương** con người sống có trách nhiệm, thương yêu con người, vì đời, cứu đời, không lo nghĩ đến những chuyện ở **kiếp sau**, tức thế giới bên kia. Mối quan tâm của họ là xã hội **loạn li** do con người vì **tham lam**, chạy theo **dục vọng** nên sinh ra tranh giành, chiến tranh. **Phương sách** cứu đời của Nho giáo là xây dựng một xã hội hòa hợp, ổn định, giống như một gia đình êm ấm, cha từ, con hiếu, anh em vợ chồng thuận hòa, trên thương dưới và dưới nghe trên.

Các triều đại phong kiến Việt Nam đều lựa chọn Nho giáo làm quốc giáo. Từ đời

Lý đã lập Văn Miếu (1070), lập Quốc Tử Giám (1076), tổ chức thi cử (1076) mở đầu cho việc coi trọng Nho giáo. Từ đó về sau, Nho học ngày càng **phát đạt**. Những người theo Nho học, **đỗ đạt** trong các kỳ thi được giao nắm giữ hầu hết các chức vụ quan trọng trong chính quyền. Nhất là từ thế kỷ 15, khi Nho giáo thành **độc tôn**, khoa thi mở đều đặn, người đi học ngày càng đông. Nho giáo **chiếm lĩnh** đời sống tinh thần. Tư tưởng Khổng, Mạnh qua kinh, truyện được **sùng bái**, coi là chuẩn mực của tư duy, **ngôn luận** và hoạt động học thuật, nghệ thuật.

Ba học thuyết tôn giáo trên đều có ảnh hưởng khác nhau và ít nhiều tùy theo từng vùng, đối với từng tầng lớp xã hội. Trong đó, Nho giáo **bám chắc** vào cơ chế chính trị xã hội, vào chế độ khoa cử, vào tầng lớp trí thức nên có ảnh hưởng sâu sắc nhất. Do ảnh hưởng của Nho giáo, <u>một mặt</u> nhà nước phong kiến Việt Nam quan tâm rất sớm và rất nhiều đến việc mở mang giáo dục, chú ý đào tạo **nhân tài**, sưu tầm và biên soạn sách; <u>mặt khác</u>, nhân dân vì vậy cũng trở nên hiếu học, **tôn sư trọng đạo,** quy trọng văn hóa. Cả hai mặt đã góp phần làm cho Việt Nam thành nước có **văn hiến** sớm hơn nhiều nước khác trong khu vực. Nho giáo cũng góp phần củng cố trật tự xã hội, góp phần làm cho con người bớt **tàn bạo** hơn.

Tuy vậy, Nho giáo cũng có những mặt hạn chế của nó. Trong thực tế, thuyết "yên phận, yên mệnh" đã **kìm hãm** người dân trong thân phận **phục tùng**. Yên phận, nghĩa là **nhân nhượng**, nghe theo bề trên và hoàn toàn xóa bỏ đấu tranh, không muốn **cải cách** để tiến bộ. Mặt khác, Nho giáo đề cao việc học nhưng chỉ chú ý văn, sử, không chú ý khoa học và kỹ thuật.

Cho đến hiện nay, ở Việt Nam, Nho giáo - cả mặt tích cực lẫn hạn chế của nó vẫn còn tồn tại ở người này hoặc người kia. Mặt tích cực có thể giúp cho xã hội giữ được **nền nếp, đạo lý** song mặt hạn chế cũng gây không ít trở ngại cho việc **dân chủ hóa**, cho việc đổi mới **tư duy** và phát triển.

Từ vựng (어휘)

lu bu	바쁘다, 여유가 없다=lu bù	**chầu văn**	굿을 하다
tán tụng(讚頌)	찬송하다	**cầu cúng**	기원하다
thánh mẫu(聖母)	성모	**xả thân(捨身)**	자신을 희생하다
sinh sôi	성장, 번식시키다. 늘리다	**hành hương(行香)**	사찰 등에 제사하러 가다
tuân theo	따르다	**vận hành(運行)**	운행하다
nội sinh(內生)	내생의	**Phật giáo(佛教)**	불교
Nho giáo(儒教)	유교	**Lão giáo(老教)**	도교
Thiên Chúa giáo (天主教)	천주교	**Tin Lành**	개신교
xung đột(衝突)	충돌하다	**hòa hợp(和合)**	화합하다
tín đồ(信徒)	신도	**phấn đấu(奮鬪)**	투쟁하다
cực thịnh(極盛)	가장 왕성한	**quốc giáo(國教)**	국교
nhà sư	승려	**chủ trương(主張)**	주장하다
kiếp sau	사후의 삶	**văn hiến(文獻)**	문헌, 문명
loạn li(亂離)	난리	**tham lam(貪婪)**	탐욕스러운
dục vọng(慾望)	욕망, 욕구	**phương sách(方策)**	방책, 방법
quán quân(冠軍)	챔피언=vô địch	**lên đồng**	혼이 육체를 벗어나다
khấn nguyện	간절히 원하다	**thần thánh(神聖)**	신과 성, 신성한
phát đạt(發達)	발달하다	**đỗ đạt**	합격하다
độc tôn(獨尊)	독존, 독선	**chiếm lĩnh(占領)**	점령하다, 차지하다
sùng bái(崇拜)	숭배하다	**ngôn luận(言論)**	언론

bám chắc	밀착하다, 달라붙다	**nhân tài(人材)**	인재
tàn bạo(殘暴)	잔폭한	**kìm hãm**	억제하다
phục tùng(服從)	복종하다	**nhân nhượng(仁讓)**	양보하다
cải cách(改革)	개혁	**đạo lý(道理)**	도리, 교리
nền nếp	규율, 규범=nề nếp	**tư duy(思惟)**	사유
dân chủ hóa(民主化)	민주화	**trở ngại(阻碍)**	저애, 장애
thượng tầng xã hội(上層社會)	상류층 사회	**tôn sư trọng đạo(尊師重道)**	스승을 존중하며 스승의 가르침을 귀히 여기다

Chú giải ngữ pháp (문법해설)

1

동사 + phải

"Phải" dùng sau động từ để biểu thị hành động xảy ra không như mong muốn của người nói và thường để lại những kết quả tiêu cực.

동사 다음에 오는 **"phải"**는 화자의 원치 않은 과거 행동을 표현하고자 할 때 쓴다. 이 형태는 부정적 결과를 가져온다.

Ví dụ
- Hôm qua trên đường về nhà, chúng tôi đã gặp **phải** một cơn mưa to.
- Họ bị ngộ độc vì ăn **phải** thức ăn không hợp vệ sinh.

2

Để + 명제 + 정명제

"Để + mệnh đề" là một kết cấu biểu thị mục đích cho hành động ở mệnh đề chính. Vị trí trong câu của mệnh đề mục đích với "để" có thể đứng sau mệnh đề chính. Trong trường hợp nhấn mạnh ý nghĩa "mục đích" của câu, người ta thường chuyển mệnh đề mục đích lên đầu câu.

"để + 명제"는 정명제의 행동에 대한 목적을 표현하는 형태다. "để"가 쓰인 목적 명제 문장의 위치는 정명제 뒤에 올 수도 있다. 그러나 문장의 목적을 강조할 경우에는 목적 명제를 문두에 둔다.

Ví dụ
- Chúng tôi sang Việt Nam **để học tiếng Việt.**
- **Để có thể đọc báo tiếng Việt**, chúng tôi còn phải cố gắng nhiều.
- **Để nâng cao khả năng hiểu tiếng Việt**, anh ấy đã đi du lịch nhiều nơi.

Luyện tập (어휘 연습)

A 1. Tìm các từ trái nghĩa với các từ dưới đây -

hòa hợp →

xung đột →

tham lam →

đề cao →

kìm hãm →

mặt tích cực →

dân chủ hóa →

phục tùng →

xã hội loạn li →

tôn giáo nội sinh →

2. Hãy chọn từ đồng nghĩa thay thế cho từ gạch chân trong những câu dưới đây:

- Tôn giáo là một hiện tượng xã hội - văn hóa nên nó cũng tuân theo những qui luật **vận hành** của văn hóa nói chung.

a. vận tải

b. hoạt động

c. hành động

- Mặc dù có nhiều tôn giáo, nhưng nhìn chung ở Việt Nam từ xưa đến nay không có sự **xung đột** tôn giáo.

a. đột ngột

b. đấu tranh

c. xung khắc

- Mối quan tâm của họ là xã hội **loạn li** do con người vì tham lam, chạy theo dục vọng nên sinh ra tranh giành, chiến tranh.

a. chia lìa

b. hỗn loạn

c. li thân

- Nhất là từ thế kỷ 15, khi Nho giáo thành **độc tôn**, khoa thi mở đều đặn, người đi học ngày càng đông.

a. độc quyền

b. độc lập

c. tôn trọng

- Nho giáo **bám chắc** vào cơ chế chính trị xã hội, vào chế độ khoa cử, vào tầng lớp trí thức nên có ảnh hưởng sâu sắc nhất.

a. ăn bám

b. chắc chắn

c. ăn sâu

- Nho giáo cũng góp phần củng cố trật tự xã hội, góp phần làm cho con người bớt **tàn bạo** hơn.

a độc ác

b. tàn tạ

c. nguy hiểm

- Trong thực tế, thuyết "yên phận, yên mệnh" đã **kìm hãm** người dân trong thân phận phục tùng.

a. bó sát

b. giam hãm

c. hãm hại

- Yên phận, nghĩa là nhân nhượng, nghe theo bề trên và hoàn toàn xóa bỏ đấu tranh, không muốn **cải cách** để tiến bộ.

a. cải tạo

b. cách thức

c. đổi mới

3. Đọc - hiểu ý nghĩa chính. Sau đó tìm và khoanh tròn trường hợp đúng -

- Tôn giáo là một hiện tượng xã hội - văn hóa nên nó cũng tuân theo những qui luật vận hành của văn hóa nói chung.

a. Tôn giáo và văn hóa là hai hiện tượng xã hội khác nhau.

b. Sự vận hành của tôn giáo cũng tuân theo qui luật vận hành của văn hóa.

c. Sự vận hành của tôn giáo không theo qui luật vận hành của văn hóa.

- Tôn giáo ở đâu cũng vậy đều có những nét đặc thù riêng của mình.

a. Tôn giáo nào cũng đều có những nét đặc thù riêng.

b. Đã là tôn giáo thì ở đâu cũng giống nhau.

c. Tôn giáo là một hiện tượng xã hội mang tính toàn cầu.

- Các tôn giáo ở Việt Nam luôn có sự hòa hợp, cùng tồn tại, cùng phát triển.

a. Các tôn giáo ở Việt Nam thường xung khắc với nhau.

b. Mỗi tôn giáo ở Việt Nam đều có một hướng phát triển.

c. Ở Việt Nam không có sự xung đột về tôn giáo.

- Từ thế kỷ thứ 10 đến thế kỷ 14, Phật giáo ở Việt Nam đã phát triển cực thịnh, trở thành quốc giáo.

a. Phật giáo ở Việt Nam đã có một giai đoạn trở thành quốc giáo.

b. Phật giáo ở Việt Nam chưa bao giờ trở thành quốc giáo.

c. Phật giáo ở Việt Nam chỉ là một tôn giáo bình thường.

- Đến thế kỷ 15, Nho giáo thay thế vai trò của Phật giáo trong lĩnh vực thượng tầng xã hội.

a. Trong lịch sử Việt nam, Nho giáo chưa bao giờ thay thế Phật giáo.

b. Nho giáo đã từng thay thế Phật giáo.

c. Nho giáo là một tôn giáo có ảnh hưởng không lớn ở Việt Nam.

- Phương sách cứu đời của Nho giáo là xây dựng một xã hội hòa hợp, ổn định; mọi người quan hệ đối xử với nhau như trong một gia đình.

a. Nho giáo chỉ quan tâm đến gia đình.

b. Nho giáo không chú trong đến vấn đề xây dựng xã hội.

c. Phương sách của Nho giáo là xây dựng một xã hội hòa hợp, ổn định.

- Những người theo Nho học, đỗ đạt trong các kỳ thi được giao nắm giữ hầu hết các chức vụ quan trọng trong chính quyền.

a. Những người theo Nho học đỗ đạt thường làm quan.

b. Những người theo Nho học đỗ đạt thường trốn tránh trách nhiệm với xã hội.

c. Những người theo Nho học đỗ đạt rất ít người được làm quan.

- Nho giáo cũng góp phần củng cố trật tự xã hội, góp phần làm cho con người bớt tàn bạo hơn.

a. Nho giáo làm cho con người tàn bạo hơn.

b. Nho giáo làm cho con người bớt tàn bạo hơn.

c. Nho giáo không liên quan gì đến sự tàn bạo của con người.

- Mặt hạn chế của Nho giáo gây không ít trở ngại cho việc dân chủ hóa, cho việc đổi mới tư duy và phát triển.

a. Nho giáo là một tôn giáo hoàn mỹ.

b. Nho giáo chỉ có những mặt tích cực.

c. Nho giáo cũng gây không ít trở ngại cho việc dân chủ hóa.

4. Trả lời các câu hỏi theo nội dung bài đọc -

- Theo bạn có mấy loại tôn giáo ? Đó là những loại nào ?
- Hãy kể tên một số loại tôn giáo ở Việt Nam từ trước đến nay ?
- Các tôn giáo ở Việt Nam có những đặc điểm gì ?
- Phật giáo ở Việt Nam có nguồn gốc từ những nước nào ?
- Hãy cho biết sự phát triển của Phật giáo Việt Nam từ thế kỷ X - XIV ?
- Sau thế kỷ XIV, tôn giáo nào ở Việt Nam chiếm vị trí độc tôn ? Vì sao ?
- Nho giáo đã có vai trò lịch sử gì trong sự phát triển xã hội Việt Nam ?
- Hãy cho biết một số mặt hạn chế của Nho giáo đối với sự phát triển xã hội nói chung ?
- Hãy kể tên các tôn giáo ở Hàn Quốc hiện nay ? Bạn là tín đồ của tôn giáo nào ?

5. Thử giải thích các từ và nhóm từ sau -

nhân tài →

tín đồ →

mục sư →

nhà sư →

linh mục →

độc tôn →

tôn sư trọng đạo →

tốt đời đẹp đạo →

thượng tầng xã hội →

hạ tầng cơ sở →

6. Thảo luận -

1) Hãy cho biết ý kiến của bạn:

- Bạn hiểu về tôn giáo như thế nào ? Thử định nghĩa về tôn giáo ?
- Bạn có theo tôn giáo nào không ? Nếu có, bạn đang là tín đồ của tôn giáo nào ?
- Ở Hàn Quốc hiện có những tôn giáo nào ? Tỉ lệ tín đồ của mỗi tôn giáo là bao nhiêu ? Tôn giáo nào chiếm số lượng đông nhất ?
- Khi bạn đến Việt Nam, bạn thường đi lễ ở đâu ? Bạn thấy các tín đồ tôn giáo của Việt Nam thế nào ?

2) Bạn hãy cho biết sự ảnh hưởng của Nho giáo đối với các lĩnh vực xã hội Hàn Quốc hiện nay:

- Trong gia đình bạn nói riêng và gia đình ở Hàn Quốc nói chung ?
- Quan hệ thầy - trò trong môi trường học đường nói chung ?
- Quan hệ thứ bậc ngoài xã hội nói chung ?
- Sự biểu hiện trong ngôn ngữ (cụ thể là tiếng Hàn) như thế nào ?

3) Bạn hãy nêu những mặt tích cực và những mặt hạn chế của Nho giáo đối với sự phát triển xã hội của Hàn Quốc nói chung:

- Những mặt tích cực ? Vì sao ?
- Những mặt hạn chế ? Vì sao ?

B 1. *Đọc các câu sau rồi điền "**phải**" sao cho hợp nghĩa:*

- Trong kỳ thi vào đại học, chúng tôi đã gặp một đề thi khó.
- Vì không chú ý nên các chị ấy đã mua hàng giả.
- Năm ngoái, miền Trung Việt Nam đã gặp một trận bão lớn.
- Do không có sự điều tra kỹ càng nên công ty ấy đã nhập lô hàng chất lượng kém.
- Vì quá tin tưởng vào anh ấy nên chị ấy đã thuê một căn hộ quá đắt.
- Do vội vàng nên chúng tôi đã mượn những cuốn sách quá cũ.
- Vì không cẩn thận nên họ đã mua sữa quá hạn.
- Vì vượt ẩu nên ô tô đã đâm xe máy.

2. *Đọc các nhóm từ và mệnh đề cho dưới đây, rồi ghép chúng thành câu có thành phần chỉ **mục đích** sao cho hợp nghĩa:*

Mệnh đề chính:

a. Ngày mai anh ấy đi công tác nước ngoài.
b. Ông ấy bay vào thành phố Hồ Chí Minh.
c. Tối mai chị ấy sẽ lên máy bay.
d. Họ sang Việt Nam.
e. Đảng và chính phủ Việt Nam tăng cường đổi mới.
f. Chúng tôi chăm chỉ và cố gắng học thật tốt tiếng Việt.
g. Hiện nay, nhiều sinh viên phải cố gắng đi làm thêm, dạy thêm.
h. Chúng tôi mất khoảng 2 tuần.
i. Các giáo viên luôn đổi mới phương pháp giảng dạy.
k. Bà ta đã trực tiếp đến nhà ông ấy xin lỗi.

l. Chính phủ đã áp dụng nhiều chính sách kinh tế mới.

n. Chính phủ Việt Nam đã cho phép nhập xe ô tô đã qua sử dụng.

m. Bộ Giáo dục đã cho phép mở thêm nhiều trường đại học tư nhân.

Mệnh đề mục đích:

a. để học tiếng Việt và tìm hiểu văn hóa Việt Nam.

b. để đưa Việt Nam nhanh chóng thoát khỏi nghèo nàn và lạc hậu.

c. để có cơ hội tìm được việc làm tốt, thu nhập cao.

d. nên tôi muốn gặp anh ấy để chia tay.

e. để dự lễ mít tinh kỷ niệm 30 năm ngày giải phóng Sài Gòn.

f. để sang thành phố Hồ Chí Minh học tiếng Việt.

g. để hoàn thành được công việc này.

h. để tích lũy tiền đi du học ở nước ngoài.

i. để người dân có cơ hội nâng cao thu nhập.

k. hạn chế sự độc quyền của các nhà sản xuất ô tô trong nước.

l. để các trường đại học nhà nước nâng cao chất lượng đào tạo.

n. để ông ta có thể thông cảm và tha thứ cho bà ấy.

m. để sinh viên có thể hiểu bài một cách nhanh chóng và hiệu quả.

Bài tập viết

1. Đầu tiên bạn hãy đọc và hiểu thật kỹ các ý chính đã cho dưới đây. *Sau đó, bạn hãy đọc nhanh các đoạn văn trong các ô vuông rồi ghép các ý chính đã đọc vào các ô vuông sao cho hợp nghĩa. Ví dụ:* B *là nội dung chính của đoạn* 1.

Ky Tô giáo và Tin lành

A. Những năm 20 Tin Lành mới được tự do truyền đạo và tín đồ tập trung chủ yếu Tây Nguyên.

B. Công giáo Rôma được truyền vào Việt Nam từ 1533 nhưng gần một thế kỷ sau đó việc truyền đạo hầu như không có kết quả.

C. Ngày lễ đối với Tín đồ Tin Lành là ngày tôn vinh Chúa.

D. Từ giữa thế kỷ 19 việc truyền giáo ở Việt Nam do Hội Thừa sai Paris quyết định.

E. Trong khoảng 10 năm đầu thế kỷ 17, Công giáo ở Việt Nam phát triển mạnh.

F. Đạo Tin Lành nhận chúa Giê-Su là chúa cứu thế và thờ phụng đức Chúa Trời.

G. Đạo Tin Lành và Thiên Chúa giáo là một.

1	B
Môn phái Ky Tô giáo được truyền vào Việt Nam chủ yếu là đạo Công giáo Rôma. Theo nhiều tài liệu lịch sử, từ những năm 1533 đến năm 1614, các giáo sĩ dòng Phran-xi-cô thuộc Bồ Đào Nha và Đa-minh thuộc Tây Ban Nha đã đến Việt Nam nhưng do các giáo sĩ đó không biết tiếng và chưa quen thung thổ nên không thu được mấy kết quả.	

2	
Tiết lễ đạo Tin Lành giống như Ky Tô giáo nhưng quan niệm và cách tổ chức có những điểm khác. Tín đồ đạo Tin Lành không quá câu nệ vào ngày lễ, với họ ngày lễ không chi phối được đức tin và đời sống tín ngưỡng. Các tín đồ Tin Lành chỉ dùng ngày lễ để tôn vinh Chúa. Mục sư của đạo Tin Lành được phép kết hôn.	

2	

Đạo Tin Lành là Ky Tô giáo cải lương (còn gọi là Cơ Đốc Tân giáo). Đạo Tin Lành có cùng giáo lý với Ky Tô giáo, nhận chúa Giê-Su là chúa cứu thế và thờ phụng đức Chúa Trời. Đức tin thờ Chúa được thể hiện qua niềm tin theo kinh thánh.

5	

Từ 1615 đến 1624, các giáo sĩ dòng Tên (Jésuites) Bồ Đào Nha vào Việt Nam. Các giáo sĩ này có nhiều người biết tiếng Việt lại hoạt động khôn khéo nên chỉ trong một thời gian ngắn đã tập hợp được khá nhiều tín đồ. Trong thời gian này, đạo Công giáo phát triển mạnh.

3	

Đạo Tin Lành du nhập vào Việt Nam năm 1911. Lúc đầu nó chỉ được truyền đạo ở các vùng được sự đồng ý của Pháp. Đến năm 1920 mới được tự do truyền giáo ở khắp Việt Nam. Số tín đồ theo đạo Tin lành tập trung đông nhất ở vùng Tây Nguyên. Hiện tại, ở Việt Nam có khoảng 400.000 tín đồ theo đạo Tin lành.

6	

Năm 1658, Giáo hoàng đã phong cho Pallu và Lambert de la Motte đều là người Pháp làm Giám mục, có nhiệm vụ phụ trách truyền đạo ở Đông Dương. Năm 1664, Hội Thừa sai truyền giáo Paris (MEP) ra đời và được Giáo hoàng giao cho độc quyền truyền đạo ở Việt Nam. Sau khi MEP ra đời đã xảy ra mâu thuẫn gay gắt giữa các giáo sĩ dòng Tên Bồ Đào Nha với các giáo sĩ Hội Thừa sai truyền giáo Paris. Các giáo sĩ dòng Tên Bồ Đào Nha đã kiện lên Giáo hoàng nhưng do người Pháp mạnh hơn nên đã thắng. Năm 1862, Giáo hoàng ra lệnh cho các giáo sĩ dòng Tên rút khỏi Việt Nam và kể từ đó, việc truyền giáo ở Việt Nam hoàn toàn thuộc quyền của Hội Thừa sai Paris.

2. Tóm tắt thật ngắn gọn ý chính của từng đoạn. *Sau đó, ghép các đoạn với nhau thành một bài hoàn chỉnh (chú ý về tính logic của cả bài). Ví dụ, đoạn* **1** *có thể tóm tắt như sau:*

Đoạn 1.

→ Ki Tô giáo được truyền vào Việt Nam khoảng từ năm 1533 -1614, chủ yếu là Công giáo Rôma. Giai đoạn này việc truyền giáo không có mấy kết quả.

Tiếp tục với các đoạn còn lại:

Đoạn 2.

Đoạn 3.

Đoạn 4.

Đoạn 5.

Đoạn 6.

Bản ghi nhớ

Bài 15

PHONG TỤC TẬP QUÁN

Vietnamese Conversation 4

Hội thoại (회화)

Kim: Chị Lan này, trong một cuộc triển lãm nghệ thuật gần đây, tôi có xem một số ảnh chụp các cụ cao tuổi miền Bắc. Ảnh rất nghệ thuật, rất đẹp, nhưng tôi để ý thấy, khi các cụ cười, sao hàm răng của cụ nào cũng rất đen.

Lan: À, răng đen là một trong những cổ tục của người Việt. Ngày xưa, người Việt có tục ăn trầu. Tục này làm cho răng bị ố màu nên người ta nhuộm răng đen để loại bỏ nhược điểm trên đồng thời làm tăng thêm vẻ đẹp của hàm răng nhờ sự tương phản giữa *da trắng, răng đen* theo thẩm mỹ thời đó. Có rất nhiều câu ca dao cho thấy 'răng đen hạt huyền' đã từng là một trong những nét đẹp mà các cô gái thời xưa muốn sở hữu:

- Lấy chồng cho đáng tấm chồng,
Bõ công trang điểm má hồng răng đen.
- Năm quan mua lấy miệng cười,
Mười quan chẳng tiếc, tiếc người răng đen.

Ngay cả trong *Hịch ra trận*, để nâng cao sĩ khí, trước lúc xuất quân chống quân xâm lược Mãn Thanh năm 1789, xuất phát từ tinh thần độc lập, tự cường, chống lại mưu đồ đồng hóa của Trung Quốc, vua Quang Trung đã nhắc đến tục này như một trong những phong tục truyền thống riêng, cần giữ gìn của người Việt:

....
Đánh cho để dài tóc
Đánh cho để răng đen
Đánh cho nó chích luân bất phản
Đánh cho nó phiến giáp bất hoàn
Đánh cho sử tri Nam quốc anh hùng chi hữu chủ
....

Kim: Thú vị thật. Nhưng các bạn trẻ hiện giờ chắc không ai muốn nhuộm răng đen hả chị?

Lan: Vâng, những cổ tục không còn phù hợp với cuộc sống hiện đại thì sẽ tự biến mất. Như tục xăm mình, tục ăn trầu cũng vậy.

Kim: Chị có thể cho biết thêm những cổ tục nào đã bị đào thải không? Tôi đang muốn tìm hiểu, so sánh cách sống của người Việt xưa và nay.

Lan: Nói chung, phong tục tập quán luôn phản ánh vũ trụ quan, nhân sinh quan, hay tín ngưỡng cộng đồng theo từng thời kỳ. Có thể chia phong tục tập quán làm ba loại: Loại thứ nhất là những phong tục tốt đẹp, luôn được mọi người có ý thức gìn giữ như tục thờ cúng tổ tiên, tục tảo mộ, tục Tết ba mẹ, Tết thầy cô hay những nghi lễ trong dịp giỗ chạp, tang ma, cưới hỏi, ⋯; Loại thứ hai là những tập tục *vô thưởng vô phạt*, như kiểu kén người mở hàng khi kinh doanh, mua bán hay tục chọn hướng xuất hành đầu năm. Những tập tục này có thể sẽ bị đào thải một cách tự nhiên nếu mọi người thấy không phù hợp với tư duy nếp sống khoa học, hiện đại; Loại thứ ba là những hủ tục tức là những phong tục tập quán mang màu sắc mê tín, lạc hậu, có thể gây hại đến hạnh phúc hay sinh mệnh người dân trong cộng đồng, cần phải bài trừ. Ví dụ như tục tảo hôn của người Việt xưa hay tục chôn trẻ sơ sinh theo mẹ, tục bỏ con sinh đôi vào rừng của một số dân tộc ít người.

Kim: Có tập tục nào không tốt mà người Việt hiện vẫn còn làm theo không chị?

Lan: Có chứ, như tục coi bói, coi tuổi trước lúc kết hôn đã làm nhiều đôi tình nhân bị chia lìa khi bị thầy bói phán là không hợp tuổi; tục không quét nhà trong ba ngày tết làm nhà cửa mất vệ sinh hay tục hái lộc đầu xuân làm cây cối quanh chùa bị vặt trụi,⋯Gần đây, lại rộ lên tục cúng sao để giải hạn, hay tục xin ấn đền Trần để cầu phù trợ đường quan lộc, cầu tài, cầu may mắn.

Kim: Muốn loại bỏ những hủ tục, tập quán không tốt chắc phải bắt đầu từ việc giáo dục.

Lan: Tôi cũng nghĩ như vậy. Phải thay đổi từ căn bản, nâng cao nhận thức của cộng đồng, giúp người ta biết rõ, hiểu rõ những điều tốt xấu, lợi hại thì mới mong xóa bỏ hết những tập tục gây hại, lạc hậu, cản trở sự tiến bộ của xã hội.

Bài đọc (독해)

Chuyện cưới xin - những tục lệ khác nhau

Ngày nay, những người dân **thành thị** ở Việt Nam tổ chức đám cưới, cả cô dâu và chú rể đều mặc quần áo cưới theo kiểu phương Tây **thay cho** những bộ đồ cưới truyền thống. Thậm chí khi họ mặc bộ đồ cưới truyền thống thì những bộ đồ cưới này không chỉ màu trắng như vẫn được dùng từ thế hệ này qua thế hệ khác mà có cả những bộ đồ màu hồng hoặc màu đỏ.

Ngày xưa, hầu hết nhưng không phải là tất cả, cha mẹ thường chọn vợ (lựa nàng dâu) cho con trai mình. Với những gia đình là bạn thân của nhau thì các bậc cha mẹ sắp xếp chuyện cưới xin cho con cái là điều đương nhiên, không còn **bàn cãi**.

Thời Pháp thuộc, việc lựa chọn **vị hôn phu** theo kiểu phương Tây bắt đầu có ảnh hưởng đến truyền thống hôn nhân của Việt Nam. Mặc dù, nam nữ thanh niên ngày nay có thể tự do hơn trong việc lựa chọn bạn đời nhưng sự đồng ý của cha mẹ, đặc biệt trong các gia đình lớn vẫn rất cần thiết.

Ở vùng cao, trong các dân tộc ít người, nam nữ thanh niên được tự do tìm hiểu. Cha mẹ họ chỉ tham gia khi con cái đã có sự lựa chọn. Ở Tây nguyên, nam nữ có thể hẹn hò, gặp gỡ nhau trong rừng, ở nhà hoặc trong các **lễ hội**. Một số cha mẹ còn dựng các **lều nhỏ** cho con gái mình làm nơi hò hẹn. Cô gái sẽ mời người yêu của mình về ở với cô trong lều 5 đêm. Sau 5 đêm, nếu chàng trai không đồng ý lấy cô thì phải **nộp phạt** cho nhà gái một con gà và một **ché rượu**. Nếu đôi trai gái đồng ý kết hôn, họ sẽ **thưa chuyện** với cha mẹ hai bên. Qua các **ông mối**, các thiếu nữ Gialai và Êđê thường **nhắn ngỏ** tình cảm và đưa tặng người yêu chiếc **vòng tay**. Nếu bạn trai nhận vòng, tức là họ chấp nhận lời **hứa hôn** và hôn lễ sẽ được tiến hành sau đó.

Đối với người H'mông, khi đôi trai gái đồng ý cưới nhau, chàng trai sẽ báo trước cho người yêu biết ngày và nơi mà cô sẽ bị "bắt". Theo tục lệ **"bắt vợ"** này, người con gái sẽ được đưa về nhà người yêu như một "tù nhân". Sau 3 ngày bị bắt, nếu cô gái không **trốn** khỏi nhà có nghĩa là cô gái đã đồng ý cưới chàng trai. Sau đó, cha mẹ chàng trai nhờ ông mối chọn ngày lành tháng tốt để tổ chức lễ cưới. Cô gái sẽ được phép về nhà để lấy quần áo **tư trang** và chuẩn bị quần áo cưới. Đôi khi, thêm một lần **thử thách** người yêu, cô gái H'mông lại yêu cầu người yêu "bắt" cô ngay tại nhà vào giữa đêm trong lúc ở nhà có đủ mọi người. Để giúp người yêu, cô gái thường **để ngỏ** cửa sau. Khi bị bắt, cô gái có thể **giả vờ** hoảng sợ, kêu to, đánh thức mọi người để chứng tỏ chàng trai của cô là người **dũng cảm** và mạnh mẽ.

Ở vùng Tây Bắc, theo tục lệ cũ, người con trai sau khi chọn được người yêu, phải đến nhà người yêu ở 3 tháng trước khi làm lễ cưới chính thức. Anh ta chỉ được phép mang theo một con dao để làm việc. Sau thời gian thử thách 3 tháng, nếu được bố mẹ vợ tương lai **ưng ý**, chàng trai sẽ trở về nhà báo cho bố mẹ mình biết. Lần này anh ta được mang tư trang của mình đến và ở đó suốt 3 năm. Lễ thành hôn chính thức chỉ được tiến hành sau 3 năm. Sau 3 năm, nếu cô gái đồng ý lấy chàng trai thì **búi tóc** bằng **trâm cài đầu**. Còn cô gái nào không đồng ý lấy chàng trai sẽ **phản kháng** bằng cách **cắt trụi** tóc mình. Sau lễ cưới, chú rể tiếp tục ở nhà gái từ 1 đến 10 năm và chỉ được phép đưa vợ về nhà mình sau một **nghi lễ** đón dâu **trang trọng**. Lần này nàng dâu phải chuẩn bị nhiều quà biếu gia đình bên chồng: một tấm áo khoác thật đẹp cho mẹ chồng, một bộ quần áo thật tốt cho bố chồng và nhiều tấm **khăn "piêu"** biếu cô, bác bên chồng.

(Phỏng theo "Văn hóa Việt Nam")

Từ vựng (어휘)

ố(汙)	얼룩, 자국	**nhuộm**	염색하다
đào thải(陶胎)	도태하다	**thành thị**(城市)	성시, 도시
thay cho	대체하다	**bàn cãi**	토론하다, 논쟁하다
vị hôn phu(未婚夫)	약혼남=vị hôn thế	**lễ hội**(禮會)	의례와 축제
lều nhỏ	작은 집	**hái lộc**	잎을 따다
vặt trụi	완전히 따다(뽑다)	**rộ**	엄청나게 많이 …하다, 다량으로
cúng sao	별에다 제사하다(기우제)	**giải hạn**(解旱)	가뭄을 해결하다, 액을 떼다
nộp phạt	벌금을 내다	**ché rượu**	술독(술항아리)
thưa chuyện	말씀을 드리다	**ông mối**	남자 중매쟁이
nhắn ngỏ	표하다, 드러내다	**vòng tay**	팔찌
hứa hôn	약혼하다	**bắt vợ**	(신부를) 납치하다
trốn	피하다, 도망하다	**tư trang**(資妝)	신부의 치장품
thử thách	시련, 검사, 시도	**để ngỏ**	열어놓다
giả vờ	~하는 척 하다	**dũng cảm**(勇敢)	용감한, 대단한
ưng ý(應意)	만족하다	**búi tóc**	(빵 모양으로) 묶은 머리
trâm cài đầu	머리에 꽂은 비녀	**phản kháng**(反抗)	반항하다
cắt trụi	머리를 박박 깎다	**nghi lễ**(儀禮)	의례, 의식
trang trọng(莊重)	장중한, 엄숙한	**khăn "piêu"**	삐에우 수건

Chú giải ngữ pháp (문법해설)

1

có lẽ + 명제

có vẻ - tỏ vẻ - tỏ ra - ra vẻ …

là nhóm từ biểu thị suy nghĩ, nhận xét, đánh giá của người nói về sự vật, hiện tượng, con người, …v.v dựa trên những biểu hiện, hình thức bên ngoài. Cần phân biệt một số sắc thái khác nhau trong việc sử dụng của các từ này. **"Có lẽ"** được dùng để phán đoán những sự kiện, hành động với thái độ chưa chắc chắn. "**Có vẻ** + tính từ" được dùng rộng hơn, cho cả người và vật, trung tính. "**Tỏ vẻ, tỏ ra, ra vẻ** + tính từ" được dùng để nhận xét, đánh giá chủ yếu về người. Trong đó, "**tỏ vẻ, tỏ ra**" thiên về biểu hiện qua nét mặt, cử chỉ, vẻ bên ngoài; còn "**ra vẻ**" lại thường biểu thị tâm trạng, trạng thái con người.

이 형태는 외형에 근거하여 사물, 현상, 사람 등에 대한 화자의 생각, 견해, 평가 등을 나타낸다. 이들의 쓰임에는 서로 다른 특징을 구별할 필요가 있다. **"có lẽ"**는 아직 확실치 않은 사건과 행동을 판단할 때 쓴다. "**có vẻ + 형용사**"는 사람, 사물, 중성을 위해 더 넓게 쓰인다. "**tỏ vẻ, tỏ ra, ra vẻ** + 형용사"는 주로 사람에 대한 평가에 쓰인다. 그중에 "**tỏ vẻ, tỏ ra**"는 외적인 면이나 행동거지 등을 표현할 때 쓴다. "**ra vẻ**"는 사람의 마음이나 상태 등을 표현할 때 쓴다.

Ví dụ

- (Giờ này mà chưa thấy thì), **có lẽ** hôm nay anh ta không đến thật.
- Cái ti vi này **có vẻ** tốt.
- Chị ấy **có vẻ** khỏe.
- Khi làm xong bài thi, anh ta **tỏ ra** rất hài lòng.
- Chị ấy luôn **ra vẻ** (là một người) hiểu biết.
- Trước mọi người, ông ta **tỏ vẻ** mình là người quan trọng.

2

··· tưởng (nghĩ) + 명제 + hóa ra + 명제

là kết cấu mà lúc đầu người nói đưa ra một nhận xét, đánh giá theo một thiên hướng nào đó (tưởng, nghĩ ···) nhưng sau đó với chứng cứ, kinh nghiệm, thực tế ···, người nói đã nhận ra bản chất thật của vấn đề (hóa ra).

이 형태는 화자가 자신의 생각이나 견해에 의존해서 인식, 평가한 것에 대하여 나중에 증거, 경험, 실제를 바탕으로 문제의 본질을 알게 되었을 경우에 쓴다.

Ví dụ

- *(Khi nghe giọng nói chị ấy qua điện thoại tôi nghĩ chị ấy là người Việt nhưng sau khi gặp nhau, trực tiếp nói chuyện với nhau thì chị ấy không phải là người Việt.)*
- Qua giọng nói trên điện thoại tôi **nghĩ** chị ấy là người Việt **hóa ra** không phải.
- Qua giọng nói trên điện thoại tôi **tưởng** chị ấy là người Việt **hóa ra** chị ấy không phải là người Việt.

Luyện tập (어음 연습)

A 1. Tìm các từ trái nghĩa với các từ dưới đây -

dũng cảm →

ưng ý →

để ngỏ →

thành thị →

phản kháng →

giả vờ →

chấp nhận →

chính thức →

trang trọng →

2. Hãy chọn từ đồng nghĩa thay thế cho từ gạch chân trong những câu dưới đây:

- Ngày nay, khi tổ chức đám cưới, cả cô dâu và chú rể đều mặc quần áo cưới theo kiểu phương Tây **thay cho** những bộ đồ cưới truyền thống.

a. thay đổi

b. thay vì

c. đổi thay

- Với những gia đình là bạn thân của nhau thì các bậc cha mẹ sắp xếp chuyện cưới xin cho con cái là điều đương nhiên, không còn **bàn cãi**.

a. tranh luận

b. bàn bạc

c. cãi cọ

- Ở vùng cao, trong các dân tộc **ít người**, nam nữ thanh niên được tự do tìm hiểu.

a. tối thiểu

b. thiểu số

c. nhiều người

- Một số cha mẹ còn dựng các lều nhỏ cho con gái mình làm nơi **hò hẹn**.

a. hẹn ước

b. ước hẹn

c. hẹn hò

- Sau 5 đêm, nếu chàng trai không đồng ý lấy cô thì phải **nộp phạt** cho nhà gái một con gà và một ché rượu.

a. nộp tiền

b. chịu phạt

c. bị phạt

- Nếu đôi trai gái đồng ý kết hôn, họ sẽ **thưa chuyện** với cha mẹ hai bên.

a. thông báo

b. thưa gửi

c. chuyện trò

- Để giúp người yêu, cô gái thường **để ngỏ** cửa sau.

a. bỏ ngỏ

b. để cửa

c. mở cửa

- Khi bị bắt cô gái có thể **giả vờ** hoảng sợ, kêu to, đánh thức mọi người để chứng tỏ chàng trai của cô là người dũng cảm và mạnh mẽ.

a. giả làm

b. giả bộ

c. hàng giả

3. Đọc - hiểu ý nghĩa chính. Sau đó tìm và khoanh tròn trường hợp đúng -

- Ngày nay, những người dân thành thị ở Việt Nam tổ chức đám cưới, cô dâu, chú rể đều mặc quần áo cưới theo kiểu phương Tây thay cho những bộ đồ cưới truyền thống.

a. Ngày nay, trang phục cưới của cô dâu chú rể ở thành thị đã thay đổi.

b. Ngày nay, ở thành thị cô dâu, chú rể vẫn mặc những bộ đồ cưới truyền thống.

c. Khi người dân thành thị ở Việt Nam tổ chức đám cưới, họ vẫn mặc những bộ đồ cưới truyền thống.

- Ngày xưa, hầu hết nhưng không phải là tất cả, cha mẹ thường chọn vợ cho con trai mình.

a. Ngày xưa tất cả cha mẹ thường chọn vợ cho con trai mình.

b. Ngày xưa phần lớn cha mẹ thường chọn vợ cho con trai mình.

c. Ngày xưa các bậc cha mẹ ít khi chọn vợ cho con trai mình.

- Thời Pháp thuộc, việc lựa chọn vị hôn phu theo kiểu phương Tây bắt đầu có ảnh hưởng đến truyền thống hôn nhân của Việt Nam.
  a. Việc lựa chọn vị hôn phu theo kiểu phương Tây không hề có ảnh hưởng đến truyền thống hôn nhân của Việt Nam.
  b. Thời Pháp thuộc, truyền thống hôn nhân của Việt Nam bị ảnh hưởng của phương Tây.
  c. Thời Pháp thuộc, truyền thống hôn nhân của Việt Nam vẫn giữ nguyên.

- Nam nữ thanh niên ngày nay có thể tự do hơn trong việc lựa chọn bạn đời nhưng sự đồng ý của cha mẹ, đặc biệt trong các gia đình lớn vẫn rất cần thiết.
  a. Nam nữ có thể tự do chọn bạn đời nhưng ý kiến cha mẹ vẫn quan trọng.
  b. Ngày nay, nam nữ tự do chọn bạn đời không cần hỏi ý kiến cha mẹ.
  c. Ngày nay, ý kiến cha mẹ không quan trọng nên không cần hỏi.

- Ở vùng cao, trong các dân tộc ít người, nam nữ thanh niên được tự do tìm hiểu. Cha mẹ họ chỉ tham gia khi con cái đã có sự lựa chọn.
  a. Thanh niên vùng cao được tự do lựa chọn bạn đời, bố mẹ chỉ tham gia ý kiến.
  b. Thanh niên vùng cao không được tự do trong việc lựa chọn bạn đời.
  c. Thanh niên vùng cao được tự do lựa chọn bạn đời nhưng bố mẹ là người quyết định.

- Nếu bạn trai nhận vòng, tức là họ chấp nhận lời hứa hôn và hôn lễ sẽ được tiến hành sau đó.
  a. Việc nhận vòng không liên quan gì đến hôn lễ cả.
  b. Nếu bạn trai nhận vòng nghĩa là đã chấp nhận làm đám cưới.
  c. Việc nhận vòng, lời hứa hôn và hôn lễ là 3 việc khác nhau.

- Khi bị bắt cô gái có thể giả vờ hoảng sợ, kêu to, đánh thức mọi người để chứng tỏ chàng trai của cô là người dũng cảm và mạnh mẽ.

a. Khi bị bắt cô gái hoảng sợ và kêu cứu mọi người.

b. Khi bị bắt cô gái giả vờ hoảng sợ để chứng tỏ bạn trai của cô là người dũng cảm.

c. Khi bị bắt cô gái hoảng sợ, kêu to là để phản đối.

- Ở vùng Tây Bắc, sau thời gian thử thách 3 tháng, nếu được bố mẹ vợ tương lai ưng ý, chàng trai sẽ trở về nhà báo cho bố mẹ mình biết.

a. Ở vùng Tây Bắc, sau thời gian thử thách 3 tháng là chàng trai có thể làm đám cưới.

b. Sau thời gian thử thách 3 tháng là có thể cưới mà không cần bố mẹ vợ đồng ý.

c. Sau khi đã thử thách 3 tháng phải có sự đồng ý của bố mẹ vợ chàng trai mới được cưới.

- Ở vùng Tây Bắc, sau 3 năm, nếu cô gái đồng ý lấy chàng trai thì búi tóc bằng trâm cài đầu.

a. Ở Tây Bắc, các cô gái búi tóc bằng trâm cài đầu là dấu hiệu đồng ý.

b. Ở Tây Bắc, các cô gái búi tóc bằng trâm cài đầu là những cô gái không muốn lấy chồng.

c. Ở Tây Bắc, các cô gái búi tóc bằng trâm cài đầu là dấu hiệu không đồng ý.

4. Trả lời các câu hỏi theo nội dung bài đọc -

- Ngày nay, ở thành thị cô dâu và chú rể thường mặc trang phục gì ?
- Ngày xưa, ở Việt Nam bố mẹ có vai trò như thế nào trong việc dựng vợ gả chồng cho con cái ?
- Hôn nhân theo kiểu phương Tây đã ảnh hưởng thế nào đến truyền thống hôn nhân của Việt Nam ?
- Hãy cho biết vai trò bố mẹ ở các dân tộc thiểu số đối với việc hôn nhân của con cái ?
- Nếu người con trai Gialai và Êđê nhận vòng của các cô gái thì họ sẽ phải làm gì sau đó ?
- Tục lệ bắt vợ của người H'mông diễn ra như thế nào ?
- Vì sao cô gái lại phải giả vờ hoảng sợ, kêu to cho mọi người biết ?
- Sau 3 ngày bị bắt, nếu cô gái không trốn khỏi nhà thì có nghĩa là gì ?
- Ở Tây Bắc Việt Nam, chàng trai phải ở nhà vợ bao lâu mới được làm lễ cưới chính thức ?
- Sau khi cưới, cô dâu về thăm nhà chồng phải chuẩn bị những gì ?

5. Thử giải thích các từ và nhóm từ sau -

tư trang cá nhân →

lựa nàng dâu →

ông mối, bà mối →

vị hôn phu →

bạn đời →

giả vờ, giả bộ →

lời hứa hôn →

ngày lành tháng tốt →

thời gian thử thách →

6. Thảo luận -

1) Bạn hãy cho biết ý kiến của bạn về:

- Trong các đám cưới thời nay, cô dâu và chú rể không mặc đồ cưới truyền thống mà thay vào đó là quần áo cưới theo kiểu phương Tây.

→ Nên. Vì sao ?

→ Không nên. Vì sao ?

- Thậm chí màu trắng của quần áo cưới truyền thống đã được thay thế bằng những bộ quần áo cưới màu hồng hoặc màu đỏ.

→ Quần áo cưới màu gì cũng được. Vì sao ?

→ Quần áo cưới chỉ có màu trắng. Vì sao ?

→ Ý kiến khác. Vì sao ?

- Các bậc cha mẹ có quyền quyết định vấn đề hôn nhân của con cái, thậm chí chọn vợ, chọn chồng cho con cái mình.

→ Nên. Vì sao ?

→ Không nên. Vì sao ?

→ Ý kiến khác. Vì sao ?

2) Bạn đồng ý hay phản đối. Cho biết lý do:

- Phong tục cưới xin của các dân tộc ít người ở Tây Nguyên:

→ Hơi đơn giản và tiện lợi.

→ Quá phức tạp và lạc hậu.

→ Ý kiến khác.

- Phong tục cưới xin của các dân tộc H'mông:

→ Hơi đơn giản và tiện lợi.

→ Quá phức tạp và lạc hậu.

→ Ý kiến khác.

- Phong tục cưới xin của các dân tộc ít người ở Tây Bắc Việt Nam:

→ Hơi đơn giản và tiện lợi.

→ Quá phức tạp và lạc hậu.

→ Ý kiến khác.

B 1. *Sử dụng "có lẽ" để phán đoán các câu dưới đây:*

- Thời tiết oi bức thế này, trời sắp mưa.
- Cho đến giờ mà chị ấy chưa trả lời, phải có một lý do riêng nào đó.
- Muộn thế này mà anh ấy chưa đến. Anh ấy sẽ không đến đâu, đừng đợi nữa !
- Dạo này, thời tiết nóng quá. Tôi phải đi du lịch đâu đó.
- Mấy tuần nay, tôi cảm thấy căng thẳng quá ! Tôi phải nghỉ học một thời gian.
- Chị ấy chăm chỉ và thông minh thế. Chị ấy không bao giờ thất nghiệp.
- Anh ấy đã xin lỗi rồi thì chị cũng không nên làm to chuyện nữa.

2. *Sử dụng "có vẻ" hoàn thiện các câu dưới đây:*

- Dạo này trông chị béo ra.
- Người bạn trai hôm qua của chị lịch sự nhỉ ?
- Xe máy chị đang đi mới và tốt nhỉ ?
- Không biết có chuyện gì mà dạo này trông chị ấy gầy, ốm quá !
- Ông ấy khó tính.
- Những đứa trẻ này khó bảo.
- Món ăn này ngon.
- Chị ấy thông minh và sắc sảo.

3. *Hoàn thiện các câu sau đây với "ra vẻ, tỏ vẻ, tỏ ra":*

- Lúc nào, ông ấy cũng ______ là một người quan trọng.
- Thực ra chị ấy đang có nhiều buồn nhưng trước mặt mọi người ______ không có chuyện gì cả.

- Tôi biết rõ chị ấy rất thích anh ấy nhưng

- Hoàn cảnh của họ rất nghèo nhưng lúc nào cũng

- Ông ta đã biết tôi nói dối nhưng

- Thực ra các anh ấy chưa hiểu bài nhưng

- Anh ta mới học tiếng Việt 3 tháng mà lúc nào cũng

- Trước mặt mọi người, chị ta luôn

- Ở lĩnh vực nào anh ta cũng ______ là một người hiểu biết.

- Cô ấy hút thuốc và uống rượu nhiều nhưng

4. *Hoàn thiện các câu sau đây với* "tưởng (nghĩ) … hóa ra …":

Mẫu Tôi cứ nghĩ chị ấy thích tôi. (Nhưng) thật ra thì chị ấy không thích.

→ Tôi tưởng chị ấy thích tôi hóa ra không phải vậy.

Tiếp tục với

- Tôi nghĩ tuần này thế nào cũng có thư nhưng khi mở email không có một bức thư nào cả.
- Anh ấy nghĩ cuốn sách này của em nhưng thực ra là của chị ấy.
- Sau khi kiểm tra xong, các chị ấy nghĩ là họ sẽ được điểm cao nhưng khi thầy giáo trả bài điểm của họ không cao lắm.
- Chị ấy nghĩ là ngay sau khi tốt nghiệp chị ấy chắc chắn sẽ tìm được việc làm nhưng trên thực tế, phải 2 năm sau chị ấy mới tìm được.

- Khi xem bóng đá mọi người đều nghĩ trọng tài là những người công bằng nhưng trong thực tế, đôi khi trọng tài cũng thiên vị.
- Lúc đầu tôi cứ nghĩ chị ấy là một phụ nữ hiền lành nhưng sau một vài lần nói chuyện tôi thấy chị ấy không hiền lành một chút nào.
- Trong đầu tôi, chúng là những đứa trẻ ngoan ngoãn, chăm học nhưng hôm nay được gặp bố mẹ chúng thì mới biết chúng vừa đi cải tạo về.

Bài tập viết

Viết thư đề nghị, yêu cầu …

Ngoài những yêu cầu về hình thức như những bức thư thông thường khác, một bức thư "yêu cầu, đề nghị …" gồm 3 phần:

a. **Phần mở đầu**: đưa ra hoặc nêu những lý do cụ thể, có thật dẫn tới việc viết thư.

b. **Phần nội dung chính**: trình bày những nội dung muốn đề nghị, yêu cầu một cách cụ thể, rõ ràng.

c. **Phần kết thúc**: đưa cho người được "yêu cầu, đề nghị …", địa chỉ, số điện thoại của người đề nghị. Hoặc gợi ý phương thức liên lạc với nhau …

1. Hãy đọc mẫu thư yêu cầu, đề nghị dưới đây:

Hà Nội, ngày 25.04.2006.

Thưa ông đại diện hãng ti vi JVC,

Tôi tên là Nguyễn Vân Trang. Cách đây 5 hôm, tôi có mua một ti-vi 21 inch hiệu JVC, HiFi - Stereo tại một đại lý của công ty ông. Sau khi về nhà, tôi mới được biết, nếu mua vào dịp này thì sẽ được công ty khuyến mại thêm một bộ loa nghe nhạc. Tôi đã đến cửa hàng mà tôi đã mua ti vi nhưng họ nói là thời gian khuyến mại vừa kết thúc hôm qua và tất cả sản phẩm khuyến mại đã chuyển về công ty. Tôi phải đến công ty và có được sự đồng ý của ông, tôi mới nhận được bộ loa nghe nhạc.

Ông có thể bố trí thời gian để tôi có thể trình bày cụ thể hơn về vấn đề này được không ? Tôi sẵn sàng đến công ty và gặp ông bất kỳ lúc nào.

Điện thoại liên hệ của gia đình tôi là: 04.852.5544. Và số điện thoại di động của tôi: 0914.33.8998.

Xin cám ơn và tôi luôn chờ đợi tin của ông.

Kính thư,

Nguyễn Vân Trang.

2. Bạn hãy chọn và viết 1 bức thư với những nội dung được gợi ý:

a. Trước đây, bạn đã từng học tại Hà Nội. Lúc đó, bạn đã thuê một phòng sống chung với gia đình người Việt. Tháng 7 này, bạn lại sang học ở Hà Nội và bạn muốn được thuê lại phòng đó. Bạn hãy viết thư cho chủ nhà để nghị được tiếp tục thuê lại căn phòng cũ.

b. Bạn là người rất quan tâm đến văn học Việt Nam. Bạn vừa được biết Nhà xuất bản Hội nhà văn mới xuất bản cuốn "Nhật ký Đặng Thùy Trâm". Bạn rất muốn đọc nó. Bạn hãy viết thư cho một người bạn thân ở Hà Nội, nhờ cô ta mua giúp và gửi sang Hàn Quốc cho bạn.

c. Các giáo trình dạy tiếng Việt ở Việt Nam chủ yếu qua tiếng Anh. Bạn không giỏi tiếng Anh lắm nên cô giáo khuyên bạn là nên tìm sách dạy tiếng Việt qua tiếng Hàn. Được biết trường Đại học Ngoại ngữ Hàn Quốc vừa xuất bản 4 tập giáo trình dạy tiếng Việt qua tiếng Hàn. Bạn hãy viết thư cho một người bạn thân nhờ họ mua giúp bạn những cuốn giáo trình đó.

3. Đọc nhanh bài đọc (không dùng từ điển)

Một kỹ sư nọ làm việc cho một công ty chế tạo sản phẩm nhựa đã kể lại rằng, công ty của anh ta đã mua một công ty cùng ngành sản xuất của Đức và hai công ty bắt đầu trao đổi kỹ sư để làm quen với sản phẩm. Một ngày kia, hai kỹ sư người Mỹ và người Đức cùng làm việc với một cỗ máy mới. Người Mỹ đề nghị: "Thử tăng áp suất xem sao ?" Người Đức làm theo rồi hỏi: "Thế nào ? Tôi làm đúng không ?" Người Mỹ trả lời bằng cử chỉ anh ta làm một vòng tròn bằng ngón tay cái và ngón trỏ, một dấu hiệu được sử dụng khắp Bắc Mỹ và có nghĩa là "O.K" tức là tốt. Người Đức đột ngột bỏ dụng cụ xuống và bỏ đi. Anh ta từ chối mọi sự tiếp xúc với người Mỹ kia. Cuối cùng một người hòa giải buộc hai người phải ngồi xuống và thuật lại điều đã xảy ra. Hóa ra, đối với một người Đức, vòng tròn làm bằng ngón tay cái và ngón tay trỏ, như người Mỹ đã làm có nghĩa là "đồ ngu" hay "đồ đáng khinh".

4. Trả lời nhanh các câu hỏi sau:

a. Ở câu chuyện trên có mấy người ? Họ làm gì và là người nước nào ?

b. Họ đang làm việc ở đâu và đang trao đổi với nhau về kinh nghiệm gì ?

c. Người Mỹ yêu cầu người Đức làm gì ?

d. Người Đức đã làm như thế nào ?

e. Người Mỹ đánh giá công việc mà người Đức đã làm bằng dấu hiệu gì ?

f. Người Đức đã phản ứng ra sao trước dấu hiệu đó ?

g. Vì sao người Đức không muốn tiếp xúc với người Mỹ ?

h. Bài học của câu chuyện này là gì ?

5. Viết lại một cách ngắn gọn nhất nội dung của các câu trả lời. Ví dụ, nội dung của câu (a) được viết:

→ Có hai người công nhân, một Đức và một Mỹ.

Tiếp tục với

b.

c.

d.

e.

f.

g.

h.

Bài 16

KHOA HỌC VÀ KỸ THUẬT

Vietnamese Conversation 4

Hội thoại (회화)

Kim: Sao giờ mà anh **còn** xài máy đánh chữ *cổ lỗ sĩ* để đánh văn bản? Máy tính đâu mà anh không dùng?

Lee: Lâu lâu hoài cổ mang ra đánh cho vui mà. Thế giới thay đổi vùn vụt, nhiều khi nhìn những vật dụng đã từng một thời gắn bó với mình, nay bị vứt chỏng chơ một xó, thấy thương.

Kim: Anh thật giàu tình cảm, thương cả đồ vật nữa à? Mà đúng thật, công nghệ hiện đại phát triển nhanh, sự đào thải cũng theo đó mà tăng tốc. Dễ thấy nhất là các sản phẩm công nghệ thông tin như máy tính, điện thoại di động, mới mua khoảng nửa năm là đã trở nên lạc hậu.

Lee: *Ôn cố tri tân* chút chơi, theo anh Kim, từ trước tới giờ, những phát minh nào có ảnh hưởng lớn đối với nhân loại?

Lee: Có nhiều lắm, chẳng hạn như việc phát minh ra la bàn, bóng đèn, điện thoại, máy in, ... hay việc chế tạo đầu máy xe lửa đầu tiên năm 1829, việc sản xuất xe Ford Model T năm 1908 đã tạo ra cách mạng trong giao thông. À, còn phải kể đến việc phóng phi thuyền có người lái Apollo 10 vào vũ trụ năm 1961 nữa chứ.

Kim: Và bào chế thuốc kháng sinh, chế tạo máy chụp X- quang, giới thiệu sơ đồ cấu trúc DNA cũng là những cuộc cách mạng lớn trong y học.

Lee: Tuy nhiên, nếu kể những phát minh có ảnh hưởng lớn nhất không chỉ trong quá khứ, hiện tại mà cả trong tương lai, theo mình, là sự ra đời của chiếc máy tính điện tử do Giáo sư Muchly và học trò Eckert tại Đại học Pensylvania thiết kết năm 1943. Từ đó, dẫn đến việc phát triển máy tính, mạng Internet, rồi mạng xã hội, Facebook, Youtube, ... giúp con người liên lạc, tương tác với nhau không chỉ bằng cách nhắn gửi tin tức, mà còn trao đổi âm thanh, hình ảnh gần như tức thì dù ở bất cứ đâu trên thế giới.

Kim: Máy tính đầu tiên đó giờ cũng chỉ có giá trị trong viện bảo tàng, đem ra dùng chắc chắn sẽ bị mọi người cười.

Lee: Đó là sự nghiệt ngã của quy luật đào thải. À, nếu tính về tầm nhìn xa thì việc tạo ra tên lửa đạn đạo, giúp loài người chinh phục vũ trụ cũng phải được đưa vào bảng xếp hạng những phát minh quan trọng nhất chứ hả?

Kim: Đồng ý với anh. Thêm một phát minh cũng đáng chú ý là tim nhân tạo đã được dùng trong y khoa. Tôi còn sợ trong tương lai, con người thật sẽ bị rô bốt thay thế ...

Bài đọc (독해)

Thời đại bùng nổ thông tin ···

"Đến hiệu giày sắm một đôi giày mới. Tới cửa hàng tạp hóa mua hai tập giấy in. Ghé vào đại lý cà phê mua một gói cà phê pha sẵn. Đến thư viện thành phố tìm tài liệu **liên quan đến** bài báo đang viết. Tới cửa hiệu video thuê phim xem tối nay. Ghé trung tâm dịch vụ du lịch đặt vé cho chuyến du lịch vào mùa hè tới. Mua 2 vé xem bóng đá vào chủ nhật tuần này. Tới quầy báo tìm mua một số tạp chí. **Tạt vào** siêu thị gần nhà kiếm một ít đồ ăn nguội. Đừng quên gọi điện về nhà cho bố, v.v..."

Bạn sẽ cảm thấy **quay cuồng** và luôn thiếu thời gian nếu trong **danh mục** những việc hàng ngày, hàng tuần của bạn **cứ** dài ra **mãi**. Cuộc sống **đầy ắp** công việc cần làm, đôi khi đã khiến đầu óc chúng ta **quá tải**. Con người rất ít khi có được những phút giây **khuây khỏa**, thư thái ··· Thật may cho chúng ta khi biết rằng, trong tương lai gần với sự phát triển của khoa học kỹ thuật, hệ thống "thông tin cao tốc" sẽ được đưa vào sử dụng. Nó **kết nối** gia đình bạn với **toàn** cầu. Mọi nhu cầu về thông tin của con người sẽ được **đáp ứng** đầy đủ, thậm chí các dịch vụ cuộc sống sẽ được phục vụ tận nhà.

Các thiết bị thông tin trong mỗi gia đình, như máy tính, điện thoại, ti vi ···, sẽ được nối trực tiếp với một thiết bị máy móc đặc biệt có tên gọi "siêu tốc điện tử" (electronic superhighway). Thiết bị "thông minh" này có hai chức năng chính, một là tìm kiếm, **truy cập** và hai là, **truyền dẫn** số lượng vô hạn các **dữ liệu** thông tin đến từng địa chỉ đăng ký. Điện thoại có gắn video (videophone) sẽ cho phép người sử dụng thấy được hình ảnh của người đang nói chuyện và nó còn giúp con người nhận các thông tin liên quan đến nhiều lĩnh vực hoạt động khác, như thông báo về bảng giờ tàu, danh mục các loại hàng hóa đang có bán tại các cửa hàng, cửa hiệu địa phương, **thậm chí** cả một số thông tin trên báo chí ···v.v.

Khi máy tính gia đình được kết nối với **cáp** điện thoại truyền số liệu **tự động** sẽ trở thành một công cụ cực kỳ **hữu hiệu** trong việc truy cập tri thức nhân loại, bởi vì nó được **nối thông** với các thư viện, các trường đại học, các trung tâm nghiên cứu trên khắp thế giới. Một bác sĩ sẽ dễ dàng tiếp cận với những thông tin về những căn bệnh **hiểm nghèo**. Một kỹ sư sẽ có đủ điều kiện để xác định vị trí chính xác xây dựng công trình tránh được **hiểm họa** động đất. Các bậc làm cha làm mẹ sẽ có nhiều cơ hội để học cách chăm sóc con cái. Các nhà làm vườn sẽ tiếp xúc với nhiều kỹ thuật mới trong việc trồng và chăm sóc cây cối ··· Nói tóm lại là thiết bị "điện tử siêu tốc" sẽ mang đến cho cuộc sống của con người đủ các loại thông tin từ "**thượng vàng**" cho đến "**hạ cám**", từ những thông tin thông thường nhất cho đến những thông tin có tầm quan trọng **sống còn**.

Khi thiết bị "thông minh" được nối với ti vi qua hệ thống ăng ten **vệ tinh** (satellite), nó sẽ làm thay đổi hoàn toàn bộ mặt của hệ thống truyền hình hiện tại. Thay vì một nhúm chương trình là hàng trăm chương trình, thậm chí nó có khả năng

truyền tải đến 550 **kênh**. Các nhu cầu cuộc sống hàng ngày của con người sẽ được phục vụ tận nhà. Bạn cần tham khảo các tua du lịch, muốn xem dự báo thời tiết ngày mai, cần một trò chơi điện tử mới, muốn giao dịch với ngân hàng, hoặc muốn đến xem một vở kịch hay ở đâu đó, ngay cả việc bạn thấy cần phải học một ngoại ngữ nào đó, v.v..., mọi nhu cầu của bạn sẽ được đáp ứng ngay chỉ bằng một vài **nút bấm**.

Ngày nay, trên thế giới có rất nhiều **mạng** máy tính điện tử. Một trong số đó là mạng Inter của Mỹ (Internet). Đây là mạng thông tin máy tính điện tử có tính quốc tế lớn nhất thế giới. Cho đến hiện nay đã có hàng chục triệu hộ gia đình đăng ký sử dụng. Mạng Internet đã **liên thông** hơn 15.000 mạng máy tính to, nhỏ của hơn 150 quốc gia. Nó được gọi là "mạng của các mạng thông tin máy tính điện tử toàn cầu".

Với thiết bị điện tử cao tốc, chất lượng cuộc sống con người ngày càng được nâng cao và không ngừng **hoàn thiện**. Thế giới rộng lớn với **vô vàn** những điều lý thú, cần quan tâm sẽ ở ngay trong nhà bạn. Bạn sẽ cảm thấy gần gũi, **vững** vàng và chủ động hơn trong cuộc sống ···

Từ vựng (어휘)

xài	사용하다, 소비하다	**vùn vụt**	분붓(시간이 빨리 간다는 의성어)
ôn cố tri tân (溫故知新)	온고지신	**thời đại(時代)**	시대
bùng nổ	발발하다	**liên quan(聯關)**	연관된
tạt (vào)	잠시 들르다=ghé (vào)	**quay cuồng**	팽팽돌다, 선회하다
danh mục(名目)	항목	**đầy ắp**	가득찬
quá tải(過載)	적정량을 넘어선	**khuây khỏa**	걱정, 슬픔 등을 잊다
kết nối	연결하다	**toàn cầu(全球)**	전세계
đáp ứng(答應)	답응하다	**truy cập**	1. 추적하다 2. 접속하다, 접근하다
truyền dẫn(傳引)	정보를 전하다	**cổ lỗ sĩ(古魯士)**	고로한, 낙후한=cổ lỗ
bào chế(炮製)	약을 제조하다	**nghiệt ngã**	가혹한, 참기 힘든
rô bốt	로봇	**chỏng chơ**	여기저기
xó	모퉁이, 귀퉁이, 구석	**dữ liệu(餘料)**	저장된 자료
cáp	케이블, 전선	**tự động(自動**	자동
hữu hiệu(有效)	유효한	**nối thông**	연결하다
hiểm nghèo	위험한, 위태로운	**hiểm họa(險禍)**	위험, 재난
sống còn	1. 극히 중요한 2. 생존하다	**vệ tinh(衛星)**	위성
kênh (ti-vi)	텔레비전 채널	**nút bấm**	누름 단추
vô vàn	헤아릴 수 없이 많은	**vững vàng**	확실한, 안정된

Chú giải ngữ pháp (문법해설)

1

... cứ ... mãi

"... **cứ** ... **mãi**" tiếp tục kéo dài (một cách không bình thường) như không muốn dừng, không thể ngừng (có thể dùng ... cứ mãi ...):

이 형태는 원치 않음에도, 멈출 수 없이 계속 진행되는 것을 표현할 때 쓴다. " ... **cứ mãi** ..." 형태로도 쓸 수 있다.

Ví dụ
- Chuyện ấy xảy ra lâu lắm rồi mà chị ấy **cứ** nhớ **mãi**.
- Ông Năm **cứ** thao thức **mãi**, không ngủ được.
- Ai nghe cũng thấy chán mà bà ấy **cứ** nói **mãi**.
- Sao mà anh **cứ mãi** sống độc thân như thế?
- Lý do mà họ **cứ mãi** lùi ngày phát hành game đó là vì họ vẫn chưa khắc phục được một số lỗi.

2

Còn

1) động từ tồn tại, có ý nghĩa tiếp tục có, không phải đã hết tất cả hay mất đi:

동사로 사용되었다. 사라지지 않고 무언가가 여전히 존재하고 있음을 표현한다.

Ví dụ
- **Còn** bia trong tủ lạnh.
- Anh ấy **còn** bố mẹ già.
- Em **còn** bao nhiêu tiền trong tài khoản ngân hàng?

2) phó từ, biểu thị ý nghĩa tiếp diễn của hành động, tính chất nào đó, có ý nghĩa nhấn mạnh hơn khi dùng trong các kết hợp: *vẫn còn, đang còn, hãy còn, vẫn đang còn, vẫn còn đang*:

부사로 사용되었다. 어떤 행동이나 성질의 연속성을 표현한다. *Vẫn còn, đang còn, hãy còn, vẫn đang còn, vẫn còn đang* 등의 형태로 결합하게 되면 강조 의미를 갖는다.

Ví dụ
- Thời tiết tháng này **vẫn còn** lạnh
- Cô ấy **hãy còn** trẻ lắm.
- Họ **vẫn còn** *đang* họp.

3) kết từ, biểu thị điều sắp nêu ra là khác hoặc trái với điều vừa được nói đến:

접속사로 사용되었다. 이미 언급됐던 것과는 다르게 혹은 반대로 언급할 때 쓴다.

Ví dụ
- Đầu tuần thì tôi khá bận, **còn** khoảng giữa tuần thì không sao.
- Nghe nói em chơi đàn ghi-ta rất giỏi phải không? **Còn** các loại nhạc cụ khác thì sao?

4) từ biểu thị ý khẳng định về một hành động, tính chất nào đó, trong trường hợp được nêu thêm ra để đối chiếu, so sánh, thường dùng trong kết hợp "*còn ... hơn..., ... đã ... lại còn ..*".:

그 어떤 행동이나 성질을 강조하는 표현이다. 좀 더 대조, 비교하여 언급될 때는 "*còn ... hơn..., ... đã ... lại còn ..*".의 형태를 쓴다.

Ví dụ
- Vợ tôi **còn** ăn khỏe **hơn** tôi nữa.
- Tối qua mưa **còn** to **hơn** bây giờ nhiều.
- Thà chết **còn hơn** làm nô lệ.
- **Đã** không giúp **lại còn** quấy rầy nữa.

3 Thậm chí

"Thậm chí" từ biểu thị mức độ rất cao, bao gồm cả những trường hợp không bình thường, được nêu ra để nhấn mạnh, làm nổi bật điều được đề cập sau đó:

"Thậm chí"는 그 이전에 언급된 것을 강조 혹은 드러내기 위하여 쓰는 단어이다. 의미는 우리말 한자어 "심지어(甚至於)"이다.

Ví dụ
- Loại hàng kém chất lượng như thế này, **thậm chí** vừa bán vừa cho cũng không ai mua.
- **Thậm chí** đến kẻ thù cũng phải cúi đầu ngưỡng mộ vị tướng đó.
- Bộ trưởng Bộ Văn hóa, Thể thao và Du lịch cho biết, việc tổ chức lễ hội nếu phản cảm, sai sót thì phải phạt, **thậm chí** có thể cấm tổ chức.

Luyện tập (어음 연습)

A 1. Tìm các từ trái nghĩa với các từ dưới đây -

bất lợi →

vô vàn →

hữu hiệu →

ủng hộ →

vững vàng →

chủ động →

gần gũi →

cảnh giác →

bí mật →

nâng cao →

2. Hãy chọn từ đồng nghĩa thay thế cho từ gạch chân trong những câu dưới đây:

- **Tạt vào** siêu thị gần nhà kiếm một ít đồ ăn nguội.

a. đi

b. ghé vào

c. đến

- Bạn sẽ cảm thấy luôn thiếu thời gian nếu trong **danh mục** những việc hàng ngày, hàng tuần của bạn cứ dài ra mãi.

a. danh sách

b. ghi danh

c. danh thiếp

- Cuộc sống đầy ắp công việc cần làm, đôi khi chúng đã làm đầu óc chúng ta **quá tải**.

a. quá mức

b. quá độ

c. quá căng thẳng

- Nó kết nối gia đình bạn với **toàn cầu**.

a. các dân tộc

b. toàn thế giới.

c. mọi nhà

- Một bác sĩ sẽ dễ dàng tiếp cận với những thông tin về những căn bệnh **hiểm nghèo**.

a. nguy kịch

b. nguy hiểm

c. hiểm họa

- Một kỹ sư sẽ có đủ điều kiện để xác định vị trí chính xác xây dựng công trình tránh được **hiểm họa** động đất.

a. nguy hiểm

b. hiểm trở

c. tai họa.

- Ngày nay, trên thế giới có rất nhiều **mạng** máy tính điện tử.

a. hệ thống.

b. lưới

c. tính mạng

- Thế giới rộng lớn với **vô vàn** những điều lý thú, cần quan tâm sẽ ở ngay trong nhà bạn.

a. nhiều

b. vô số.

c. vô cùng

3. Đọc - hiểu ý nghĩa chính. Sau đó tìm và khoanh tròn trường hợp đúng -

- Bạn sẽ cảm thấy quay cuồng và luôn thiếu thời gian nếu trong danh mục những việc hàng ngày, hàng tuần của bạn cứ dài ra mãi.

a. Bạn sẽ cảm thấy rất vui khi phải đi ra ngoài mua sắm và giải quyết những công việc hàng ngày.

b. Bạn sẽ cảm thấy căng thẳng nếu phải ra ngoài mua sắm và giải quyết những công việc hàng ngày.

c. Bạn thấy những công việc phải làm hàng ngày không có vấn đề gì cả.

- Hệ thống "thông tin cao tốc" khi được đưa vào sử dụng, nó sẽ kết nối gia đình bạn với toàn cầu.

a. Hệ thống "thông tin cao tốc" sẽ nối kết gia đình bạn với toàn thế giới.

b. Gia đình bạn vẫn không có gì thay đổi khi kết nối với Internet.

c. Internet là Internet và gia đình bạn là gia đình bạn.

- Thiết bị "thông minh" có hai chức năng chính: tìm kiếm, truy cập và truyền dẫn các dữ liệu thông tin đến từng địa chỉ đăng ký.

a. Thiết bị "thông minh" có nhiều chức năng chính, ví dụ như: truy cập, truyền dẫn, tìm kiếm, v.v...

b. Thiết bị "thông minh" có nhiều chức năng, trong đó 2 chức năng chính là tìm kiếm, truy cập và truyền dẫn thông tin.

c. Thiết bị "thông minh" chỉ có chức năng truyền dẫn mà không có chức năng truy cập thông tin.

- Điện thoại có gắn video cho phép những người sử dụng điện thoại nhìn thấy hình ảnh của nhau và nó còn giúp con người nhận các thông tin cần thiết.

a. Sử dụng điện thoại hình vừa nhìn được người đối thoại vừa nhận được những thông tin cần thiết.

b. Điện thoại hình chỉ cho phép người sử dụng nhìn thấy được hình ảnh của người đối thoại mà thôi.

c. Điện thoại bình thường cũng có thể nhìn thấy được hình ảnh của người đối thoại.

- Thiết bị "điện tử siêu tốc" sẽ mang đến cho cuộc sống con người bất kỳ loại thông tin nào nếu chúng ta cần.

a. Qua Internet bạn có thể tìm được bất cứ thông tin nào.

b. Sử dụng Internet bạn chỉ tìm được một số loại thông tin thôi.

c. Qua Internet rất khó tìm được những thông tin cần thiết.

- Hệ thống truyền hình qua hệ thống ăng ten vệ tinh sẽ làm thay đổi hoàn toàn bộ mặt của hệ thống truyền hình hiện tại.

  a. Với hệ thống ăng-ten vệ tinh, kỹ thuật truyền hình sẽ được thay đổi hoàn toàn.

  b. Truyền hình kỹ thuật số không thể làm thay đổi bộ mặt của hệ thống truyền hình hiện tại.

  c. Bộ mặt của truyền hình hiện tại vẫn như cũ dù có hệ thống ăng ten vệ tinh.

- Ngày nay, trên thế giới có rất nhiều mạng máy tính điện tử và một trong số đó là mạng Inter của Mỹ (Internet).

  a. Thế giới hiện nay có rất ít mạng máy tính điện tử.

  b. Ngày nay trên thế giới chỉ có một mạng máy tính điện tử của Mỹ.

  c. Thế giới hiện nay có rất nhiều mạng máy tính điện tử.

- Thiết bị điện tử cao tốc sẽ làm cho chất lượng cuộc sống con người ngày càng được nâng cao và không ngừng hoàn thiện.

  a. Cuộc sống con người sẽ tốt đẹp và hoàn thiện hơn khi có Internet.

  b. Cuộc sống con người sẽ gặp nhiều rắc rối khi có Internet.

  c. Chất lượng cuộc sống con người vẫn không có gì thay đổi khi có Internet.

4. Trả lời các câu hỏi theo nội dung bài đọc -

- Khi chưa có dịch vụ mua sắm qua Internet, cuộc sống con người thế nào ?
- Thiết bị "siêu tốc điện tử" sẽ được kết nối với những thiết bị nào trong gia đình ?
- Chức năng chính của thiết bị "siêu tốc điện tử" là gì ?
- Điện thoại hình sẽ mang lại những tiện lợi gì cho người sử dụng ?

- Tại sao nói máy vi tính gia đình sẽ trở thành một công cụ cực kỳ hữu hiệu trong việc truy cập tri thức nhân loại ?
- Vì sao nói bộ mặt của truyền hình sẽ thay đổi hoàn toàn khi kết nối với vệ tinh viễn thông ?
- Mạng Inter của Mỹ (Internet) là một hệ thống như thế nào ?
- Vì sao nói thiết bị điện tử cao tốc sẽ không ngừng nâng cao và cải thiện chất lượng cuộc sống con người ?
- Mỗi ngày bạn thường truy cập thông tin qua mạng Internet mấy tiếng ?
- Bạn quan tâm đến những thông tin gì nhất trên mạng Internet ?

5. Thử giải thích các từ và nhóm từ sau -

quá tải →

nhận chân →

truy cập →

tài khoản →

số bí mật tài khoản →

"thượng vàng hạ cám" →

truyền hình kỹ thuật số: →

điện thoại hình: →

hệ thống vệ tinh truyền thông: →

6. Bạn có biết thông tin liên quan đến những tri thức và các phát minh khoa học dưới đây không ? Hãy đánh dấu để lựa chọn những trường hợp đúng:

- Thứ tiếng nào có số lượng người sử dụng (nói) nhiều nhất thế giới ?

a. tiếng Trung Quốc

b. tiếng Tây Ban Nha

c. tiếng Anh

- Khi bạn hút thuốc, chất ni-cô-tin trong thuốc lá được chuyển đến não của bạn sau thời gian bao lâu ?

a. một phút

b. 15 giây

c. 7 giây

- Mức độ dài ra của móng tay con người so với móng chân như thế nào ?

a. nhanh bằng móng chân

b. nhanh hơn móng chân 4 lần (gấp 4 lần)

c. nhanh hơn móng chân 2 lần (gấp hai lần)

- Năm 1942, các nhà hóa học đã tìm ta một chất hóa học để giết côn trùng. Nhưng sau đó họ thấy rằng loại thuốc trừ sâu này cũng rất nguy hiểm đối với con người. Tên của loại thuốc trừ sâu đó là gì ?

a. DDT

b. chất độc màu da cam (Agent Orange)

c. Ô-xy già (O_3)

- Nhẫn cưới làm bằng vàng tượng trưng cho tình yêu mãi mãi, nó được đeo vào ngón thứ 3 tay trái. Bạn có biết vì sao nó lại được đeo vào vị trí đó không ?

  a. vì ngón tay đó có vị trí gần tim nhất.

  b. vì ngón tay đó là biểu tượng cho sự khỏe mạnh.

  c. vì ngón tay đó ít được sử dụng.

- Ở phương Tây, khi cô dâu và chú rể làm lễ ở nhà thờ xong mọi người thường tung gạo hoặc những mẩu giấy nhỏ nhiều màu sắc lên người họ. Vì sao người ta hay sử dụng những mẩu giấy nhỏ nhiều màu sắc ?

  a. bởi vì giấy là biểu tượng của cuộc sống.

  b. vì chúng không gây nguy hiểm cho cô dâu chú rể bằng gạo.

  c. bởi vì ở phương Tây, gạo khó tìm hơn giấy.

- Wolfgang Dabisch, người Đức đã phát minh ra một chất mới. Đó là chất màu trắng được dùng để phết (phủ) lên chữ (dòng chữ) khi đánh máy (hoặc in) sai. Tên của phát minh này là gì ?

  a. bút xóa

  b. tẩy

  c. bút chì

7. Thảo luận:

a. Bạn hãy cho biết những mặt thuận lợi mà Internet đã mang lại cho con người ?

b. Bạn hãy cho biết những bất lợi (hạn chế) của máy móc kỹ thuật mới nói chung và Internet nói riêng ?

c. Theo bạn, các thông tin trên Internet nên để tự do truy cập hay nên giới hạn phạm vi truy cập bằng những bức tường lửa (firewalls) ? Vì sao ?

d. Có ý kiến cho rằng, khi có hệ thống Internet con người dành ra được nhiều thời gian hơn cho việc cải thiện chất lượng cuộc sống. Bạn đồng ý hay phản đối ? Cho biết lý do ?

B 1. Viết lại các câu sau, dùng 'cứ ... mãi / ... cứ mãi....'

- Anh ấy đã cố gắng làm việc ngày đêm / nghèo
- Em đã nộp hồ sơ xin việc nhiều nơi / thất nghiệp
- Chắc họ đã quên chyện đó rồi / chị tôi chờ đợi hồi âm
- Tôi đã hỏi nhiều lần / họ im lặng
- Cô Lan ăn kiêng, chạy bộ mỗi ngày / tăng cân

2. Dùng còn, vẫn, vẫn còn viết lại các câu sau:

- Phòng này nhỏ, phòng kia rộng hơn.
- Anh Nam vui tính như xưa.
- Cô Mai làm việc ở công ty LG.
- Ba mẹ em khỏe chứ?
- Họ ngồi trong quán cà phê ở tầng một của tòa nhà Cyber.
- Dù đã làm việc ở đây lâu năm nhưng tôi thấy công việc này rất thú vị.
- Khi bóng vào khung thành, bạn gái hét to hơn tôi.
- Đường hẹp, chạy nhanh, thật nguy hiểm.

3. Dùng 'thậm chí' viết lại / viết hoàn thành các câu sau:

- Em ấy chưa học hết bậc tiểu học.
- Iphone 7 bị chê là không có gì sáng tạo so với các đời trước nhưng bán giá cao hơn.
- Apple cũng có nhiều sản phẩm thất bại. Những sản phẩm này biến mất ngay sau khi được tung ra thị trường.
- Chủ đại lý sim thẻ cho biết sim rác vẫn còn được bán tràn lan với giá cao hơn gấp đôi, gấp ba.
- Nghe nói ở những vùng sâu, vùng xa, nhiều học sinh lớp 5, lớp 6 mà không biết đọc, biết viết.
- Theo các luật sư, điều luật này cần phải được sửa đổi, xem xét về nội dung hoặc bãi bỏ.
- Trường hợp chuyến bay bị hoãn, chậm giờ, hoặc hủy chuyến, hành khách có được bồi thường không?

Bài tập viết

1. Tập đọc nhanh (không sử dụng từ điển)

(Đầu tiên bạn hãy đọc và hiểu thật kỹ các ý chính đã cho dưới đây (xếp theo thứ tự từ A --> I). Sau đó, bạn hãy đọc nhanh các đoạn văn trong các ô vuông, tìm ý nghĩa của chúng rồi lần lượt ghép các ý chính đã đọc vào các ô vuông sao cho hợp nghĩa. Ví dụ: **I** *là nội dung chính của đoạn* **1**).

Khi bạn bị thất lạc hành lý

A. Phải thông báo ngay với nhà chức trách về hành lý bị thất lạc.
B. Các hãng hàng không đã có nhiều nổ lực để thánh mất hành lý.
C. Các hãng hàng không chưa có giải pháp nào để tránh mất hành lý.
D. Không hãng hàng không nào không bị mất hành lý của hành khách.
E. Cần phải có những sự lựa chọn trước khi đi bằng đường hàng không.
F. Một số nguyên nhân gây mất hành lý của hành khách.
G. Không có sân bay nào bảo đảm về sự an toàn của hành lý.
H. Sân bay càng đông càng dễ bị thất lạc hành lý.
I. Thất lạc hành lý quả thật là điều tồi tệ nhất.

1	I

Quả thật không có gì thất vọng hơn khi vừa xuống sân bay ở một nước ngoài bạn phát hiện ra toàn bộ hành lý của mình đã bị thất lạc. Nếu trong hành lý xách tay bạn có đủ quần áo mặc trong một vài ngày thì không sao. Còn nếu không thì vô cùng bất tiện. Nhất là, nơi bạn đến lại có khí hậu khác hẳn với đất nước của bạn.

2	

Để tránh thất lạc về hành lý, các hãng hàng không đã kiên quyết dành thời gian khá dài cho việc làm thủ tục và vận chuyển hành lý. Đối với hành khách, người ta đề nghị họ phải đến trước thời gian khởi hành ít nhất 2 tiếng. Đối với việc vận chuyển hành lý, thời gian dành cho nó cũng đã được tính toán một cách khoa học, gồm cả thời gian hành lý ra sân bay và sắp xếp lên máy bay.

5	

Tốt nhất là nên chọn những chuyến bay thẳng và kiểm tra cẩn thận trước khi đi bằng máy bay. Nếu chuyến đi bắt buộc phải đổi máy bay thì cố gắng bay cùng một hãng hàng không và nên chọn những chuyến bay có thời gian chuyển tiếp sớm nhất. Đừng quên ghi địa chỉ cư trú hay địa chỉ nơi đến cả trong lẫn ngoài hành lý, đặc biệt là số hiệu chuyến bay.

6	

Nếu bạn đã thực hiện tốt tất cả những điều này mà hành lý của bạn vẫn bị thất lạc thì bạn phải liên hệ ngay với nhân viên hàng không ở sân bay nơi đến để thông báo với họ và khai giá trị tài sản trong hành lý vào bản kê khai hành lý bị thất lạc. Tất cả những điều này cần phải được thực hiện trước khi rời sân bay.

3	

Những vấn đề này đã được giải thích bởi nhiều lý do. Có thể do số lượng hành khách đi lại bằng hàng không quá lớn đã gây ra tình trạng quá tải tại một số sân bay. Chẳng hạn như, năm ngoái, tại sân bay Heathrow, London đã vận chuyển hơn 41 triệu lượt hành khách, trong đó có tới 9 triệu chuyến bay bị đổi. Riêng hãng hàng không Anh (British Airways) đã chuyên chở 2 triệu hành khách tại sân bay Heathrow.

7	

Ngay cả một số hãng hàng không có uy tín về vận chuyển, chẳng hạn như Amsterdam, Copenhagen, Singapore hay Zurich cũng đã từng gặp những ngày tồi tệ. Sự rủi ro về việc hành lý bị thất lạc khi thay đổi máy bay thường cao hơn mức trung bình so với các hãng hàng không khác. Thậm chí, hãng hàng không quốc gia Mỹ (United States) đã xảy ra trường hợp một hành khách xuống Miami nhưng hành lý của anh ta bị thất lạc sang tận Nam Mỹ.

4	

Mặc dù các hãng hàng không rất ít khi tiết lộ có bao nhiêu trường hợp bị mất hành lý nhưng trên thực tế, hành khách vẫn thỉnh thoảng kêu ca về sự thất lạc hành lý của họ. Thậm chí ngay cả những hãng hàng không tốt nhất cũng đều gặp phải những sơ suất này. Họ luôn cảnh báo hành khách cần phải kiểm tra chặt chẽ hành lý đi cùng chuyến bay với mình đặc biệt là khi có sự thay đổi máy bay.

8	

Nói chung, trong trường hợp bình thường thì hệ thống vận chuyển hành lý vận hành tốt. Tuy nhiên, đôi khi bộ phận kiểm tra an ninh sân bay và bộ phận quản lý bay phát hiện ra một điều nguy hiểm nào đó, buộc họ quyết định hoãn chuyến bay. Đây chính là nguyên nhân chủ yếu gây ra sự thất lạc về hành lý của hành khách. Ngoài ra, cũng phải kể đến sự tắc trách trong công việc của một số nhân viên hàng không hoặc nhãn mác đánh dấu hành lý bị rách nát hoặc bị mất trong quá trình bay.

2. Viết tóm tắt nội dung của các đoạn. *Sau đó, sắp xếp chúng theo thứ tự trước – sau thành một bài hoàn chỉnh (chú ý tính logic của các đoạn). Ví dụ, phần mở đầu của bài là đoạn 1 và phần kết thúc của bài là đoạn 6. Đoạn 1* có thể tóm tắt *như sau:*

→ *Khi đi máy bay bị thất lạc hành lý thì ai cũng vọng. thất Nhất là nơi đến lại có khí hậu khắc nghiệt thì quả là một thách thức lớn.*

Tiếp tục với các đoạn còn lại:

Đoạn 1. *Khi đi máy bay bị thất lạc hành lý thì ai cũng thất vọng. Nhất là nơi đến lại có khí hậu khắc nghiệt thì quả là đáng buồn.*

Đoạn 2.

Đoạn 3.

Đoạn 4.

Đoạn 5.

Đoạn 6.

Đoạn 7.

Đoạn 8.

Answer

Vietnamese Conversation 4

정답

Bài 01

A2. b, a, b, b, b, a, b
A6-1). c, a, c, c, b
B1. xem, nhìn, trông, thấy-thấy, thấy, thấy, xem, xem, xem, thấy, ngắm

Bài 02

A2. a, b, c, b, a, c, c
A5-1). a, c, a, c, b
B1. toàn thể, toàn thể, tất cả, toàn bộ, toàn bộ, cả, cả, tất cả, cả

Bài 03

A2. c, a, c, b, c, b, c
A5-1). b, a, c, b, b
B2. một vài, mươi, dăm bảy, một vài, dăm ba, vài ba, một vài cuốn, vài ba, dăm ba
B3. một người nào đó, một cái gì đó, một nơi nào đó, ai đó, đâu đó, một cái gì đó, đâu đó

Bài 04

A2. b, b, a, c, b, a
A3. a, c, b, a, a, a, b
B1. từng, vốn, từng, nguyên, từng, vốn, từng, vốn
B2. rất thương các con, mà doanh nghiệp nào cũng tiến hành, đã dành cả cuộc đời, có lúc, luôn thông cảm, thường

Bài 05

A2. A, b, c, a, c, a
A3. a, a, a, b, b, b, b
B1. có vẻ, ra vẻ, ra vẻ, có vẻ, tỏ vẻ, có vẻ, ra vẻ, tỏ ra có vẻ, ra vẻ, ra vẻ, ra vẻ, tỏ vẻ

Bài 06 | A2. a, b, b, a, a, b
A3. a, b, a, a, b, a, a

Bài 07 | A2. b, a, c, b, a, a, b
A5. c, c, c, a, c
B1. thiếu, thừa, ít, thiếu thiếu, vắng, đông, thiếu, nhiều

Bài 08 | A2. a, b, c, a, b, c, b
A3. b, a, a, b, c, b, b

Bài 09 | A2. b, a, b, a, a, a, a
A3. b, c, a, b, b, c, c, a

Bài 10 | A2. b, b, a c, c, b, b, c

Bài 11 | A2. a, a, a, b, b, b
A3. a, c, a, a, b, b, a, a
B3. như, bằng, bằng, như, như, như, như, như, như

Bài 12 | A2. c, a, b, b, c a, b

Bài 13 | A2. a, c, b, a, b, a, b, b
A3. a, b, c, b, a, a, b, a

Bài 14

A2. b, c, b, a, c, a, b, c
A3. b, a, c, a, b, c, a, b, c

Bài 15

A2. b, a, b, c, b, b, a, b
A3. a, b, b, a, a, b, b, c, a

Bài 16

A2. b, a c, b, b, c, a, c
A3. b, a, b, a, a, a, c, a
A6. a, c, b, b, a, c, a

참고문헌

1. Tham khảo cho nội dung:

- "Một vòng quanh các nước"- đất nước Hàn Quốc, Nhà xuất bản Văn hóa thông tin, Hà Nội, 2005.
- "195 hỏi - đáp khoa học lý thú", Nhà xuất bản Thanh Niên, Hà Nội, 2002.
- Các số báo "Thanh Niên" tháng 4 - 5 - 2006.
- Các tài liệu tham khảo bằng tiếng Anh của Viện Đại học Mở Hà Nội:
  - "Weaving it together".
  - "Writing Basics", "Writing Plus".

2. Tham khảo cho hình vẽ và mô phỏng hình vẽ:

- "195 hỏi - đáp khoa học lý thú", Nhà xuất bản Thanh Niên, Hà Nội, 2002.
- Các số báo "Thanh Niên" tháng 4 - 5 - 2006.